D1680966

க. பழனித்துரை, அண்ணாமலைப் பல்கலைக்கழகத்தில் முதுகலை வரலாறு படித்து, முனைவர் பட்டம் பெற்றவர். காந்திய நிறுவனங்களுடன் இணைந்து, கிராமிய மேம்பாட்டுக்காகச் செயல்படும் களச் செயல்பாட்டாளர். காந்திகிராம கிராமிய பல்கலைக்கழகத்தில் துறைத் தலைவர் பொறுப்பு முதல் பல்வேறு பதவிகளை வகித்தார். ராஜீவ் காந்தி பஞ்சாயத்து ஆராய்ச்சி இருக்கையின் தேசிய பேராசிரியராகச் செயல்பட்டார். இதுவரை 73 புத்தகங்களையும் பல முன்னணி இதழ்களில் நானூறுக்கும் மேற்பட்ட கட்டுரைகளையும் எழுதியுள்ளார். பல பன்னாட்டு நிறுவனங்களின் ஆதரவுடன் கள ஆய்வுகள் நடத்தி, புத்தகங்கள் எழுதியிருக்கிறார். புதிய பஞ்சாயத்து அரசாங்கம் உருவாக்கப்பட்ட பிறகு, பல பயிற்சிக் கையேடுகளைத் தயாரித்து, பயிற்சிகளையும் நடத்தி வருகிறார். ஒன்றிய, மாநில அரசுகளின் உள்ளாட்சி மற்றும் ஊரகச் செயல்பாடுகளுக்கான உயர்நிலைக் குழுக்களில் உறுப்பினராக இருந்து செயல்பட்டவர். ஜெர்மனியிலுள்ள கொலோன் பல்கலைக் கழகத்தில் வருகைதரு பேராசிரியராகவும் பணியாற்றினார். ஆராய்ச்சிச் செயல்பாடுகளுக்காகப் பேராசிரியர் ராம் ரெட்டி விருதும், சமூகச் செயல்பாடுகளுக்காக நீதியரசர் வி. ஆர். கிருஷ்ணய்யர் விருதும், ஊரக வளர்ச்சித்துறையில் ஆற்றிய பணிக்காக அமெரிக்கா ஏழாம் தலைமுறை விருதும், அரசுடன் உள்ளாட்சியில் இணைந்து சிறப்பாகச் செயல்பட்டதற்காகக் குடியரசு நாள் விருதும் பெற்றவர். பணி ஓய்வுக்குப் பிறகு, அரவிந்த சமூகம் நடத்திவரும் ஊரக வளர்ச்சி செயல்பாட்டகத்தின் கௌரவ இயக்குநராகச் செயல்பட்டு வருகிறார்.

நகர்ப்புற உள்ளாட்சிக்கு ஓர் அறிமுகம்

எங்கள் நகரம் எங்கள் ஆட்சி

க. பழனித்துரை

அடையாளம்

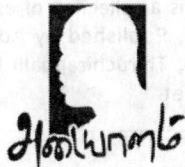

முதல் பதிப்பு 2022
மீளச்சு 2023

© க. பழனித்துரை

வெளியீடு: அடையாளம், 1205/1 கருப்பூர் சாலை, புத்தாநத்தம் 621310, திருச்சி மாவட்டம், இந்தியா, தொலைபேசி: 04332 273444, 9444 77 2686
நூல் வடிவம்: த பாபிரஸ், அச்சாக்கம்: அடையாளம் பிரஸ், இந்தியா
ISBN 978 81 7720 338 7
விலை: ₹ 120

Enkal Nakaram Enkal Aatchi is a collection of essays on Urban Local Bodies in Tamil by G. Palanithurai, Published by Adaiyaalam, 1205/1 Karupur Road, Puthanatham 621310, Thiruchirappalli District, Tamil Nadu, India, email: info@adaiyaalam.net

களச் செயல்பாடுகளிலிருந்து
வெளியே செல்லவிடாது,
சமூகத்துடன் இணைத்து வைத்துச்
செயல்பட என்னை இயக்கிய
மருத்துவர் ஜீவானந்தம் அவர்களுக்கு

பொருளடக்கம்

	நன்றி	ix
	முன்னுரை	xi
1	உள்ளாட்சி அரசாங்கம்	1
2	நகர்ப்புற மேம்பாட்டில் மக்கள்	11
3	இந்தத் தேக்க நிலை ஏன்?	17
4	என்ன செய்ய வேண்டும்?	23
5	மக்களை அதிகாரப்படுத்துவோம்	30
6	உள்ளாட்சியும் அடிப்படை மாற்றங்களும்	37
7	அடிப்படை மாற்றத்திற்கான தலைமைத்துவம்	45
8	திருப்புமுனை தருமா நகர்ப்புற உள்ளாட்சி?	53
9	பருவநிலை மாற்றத்தை எதிர்கொள்ளுதல்	66

10 உள்ளாட்சியும் தொழிலாளர்களும்	73
பின்னிணைப்பு:	
இந்திய அரசமைப்புச் சட்டத்தின் 74ஆவது திருத்தம்	81
உசாத்துணை	96

நன்றி

நகர்ப்புற உள்ளாட்சிக்கான தேர்தல் நடந்து முடிந்த நேரத்தில் ஊடக விவாதங்களில் கலந்துகொண்டு, எதற்காக இந்த உள்ளாட்சி அரசாங்கமாக உருவாக்கப்பட்டுள்ளது என்பதை விளக்கினேன். அந்த விவாதங்களைக் கவனித்த பல நண்பர்கள் நான் பகிர்ந்து கொண்ட தகவல்களைப் புதிதாகத் தேர்ந்தெடுக்கப்பட்டு உள்ளாட்சிக்கு வந்திருக்கக்கூடிய உள்ளாட்சிமன்ற பிரதிநிதிகளிடம் கொண்டு சேர்க்க முயலுங்கள் என்று கேட்டுக்கொண்டனர். அதைத் தொடர்ந்து என் நண்பர் அலோசியஸ், 'திருப்பூரில் நகராட்சி மன்றப் பெண் உறுப்பினர்களுக்கு ஒரு பாராட்டு விழா வைத்திருக்கிறேன். நீங்கள் அங்கு வந்து பேச வேண்டும்' என்று கேட்டார்.

புதிய உள்ளாட்சிகள் அடிப்படை மாற்றத்திற்கு எப்படிப் பணி செய்ய வேண்டும் என்று அந்தக் கூட்டத்தில் பேசினேன். 'உங்கள் உரை மிகவும் சிறப்பாக இருக்கிறது. அதை அப்படியே ஒரு சிறிய நூலாக எழுதித் தந்தால் எங்களுக்கு மிகவும் பேருதவியாக இருக்கும்' என்று அந்த விழாவில் பங்கேற்ற மாமன்ற பெண் உறுப்பினர் ஒருவர் கேட்டுக்கொண்டார். அதையொட்டி அங்குப் பேசிய கருத்துகளை வைத்து ஒரு கட்டுரை எழுதினேன். என்னுடன் அந்த விழாவிற்கு வந்திருந்த திண்டுக்கல் மாநகராட்சி மாமன்ற உறுப்பினர் கணேசன், 'எனக்கு இது ஒரு பயிற்சி போல இருந்தது. எனவே உங்கள் உரையை உடனடியாக ஒரு சிறிய கையேடாகத் தயாரித்துத் தர வேண்டும்' என்று என்னிடம் வலியுறுத்தினார்.

அதன் பிறகு மனிதநேய மக்கள் கட்சி சார்பில் தேர்ந்தெடுக்கப் பட்ட உள்ளாட்சிப் பிரதிநிதிகளுக்கான மாநாடு ஒன்று திருச்சியில் நடந்தது. அந்த மாநாட்டில் பேசவேண்டும் என்று அதன் தலைவர் ஜவாஹிருல்லா எனக்கு அழைப்பு விடுத்தார். அங்குச் சென்று

உரையாற்றிய பிறகு, 'இந்த உள்ளாட்சிப் பிரதிநிதிகளுக்கு ஓர் அறிமுகக் கையேடு தயாரித்துத் தாருங்கள்' என்று அவர் வேண்டினார்.

எங்கள் ஊரில் எங்கள் ஆட்சி என்னும் நூலை இதற்கு முன்பு எழுதியிருக்கிறேன். அந்தப் புத்தகத்தைச் சென்னை உயர் நீதிமன்ற நீதிபதி ஒருவர் வெளியிட்டு, பன்னிரண்டாயிரத்திற்கும் மேற்பட்ட பஞ்சாயத்துத் தலைவர்களை வாசிக்க வைக்கவேண்டும் என்று கேட்டுக்கொண்டார். அதுவும் ஓர் அறிமுகக் கையேடுதான். கிராமப்புற உள்ளாட்சிப் பிரதிநிதிகளுக்கும் தன்னார்வலர்களுக்குமான கையேடு அது. அதேபோல் எங்கள் நகரம் எங்கள் ஆட்சி என்னும் இந்தப் புத்தகம், நகர்ப்புற உள்ளாட்சி மன்ற உறுப்பினர்களுக்கும் தன்னார்வலர்களுக்கும் பயனுள்ளதாக இருக்கும். இந்த இரண்டு நூல்களுமே எல்லாக் குடிமக்களுக்கும் பயன்படும்; ஒரு குடிமகனாக, குடிமகளாக உள்ளூராட்சியில் சிறப்பாகச் செயல்பட உதவுபவை.

அடையாளம் பதிப்புக்குழு நண்பர்கள் அன்றாடம் என்னிடம் உரையாடி உள்ளாட்சிக்கான ஓர் இயக்கம் உருவாக வேண்டும்; சிந்தனையாளர்கள் வேண்டும். இந்தச் செயல்பாடுகளுக்கான நூல்களை நாங்கள் வெளியிடுகிறோம் என்றுக் கூறி என்னை இயக்கினார்கள். பத்திரிகையாளர்கள் பொன். தனசேகரன், கருணாகரன் ஆகியோர் இந்த நூலைச் செப்பனிட உதவினார்கள். அனைவருக்கும் நன்றி.

க. பழனித்துரை

முன்னுரை

இன்றைய சூழலில் எந்த ஒரு செயல்பாட்டையும் முறைமை யுடனும் நிபுணத்துவத்துடனும் செய்தால்தான் நாம் எதிர்பார்த்த விளைவுகளைப் பெற முடியும். நம் செயல்பாடுகளில் வெற்றி பெறவும், சாதிக்கவும் தேவைப்படுவது துறை சார்ந்த நிபுணத்துவம். இதற்குப் பெரிய படிப்போ கல்வித் தகுதியோ தேவையில்லை. ஆனால், சாதிக்க வேண்டும் என்ற துடிப்பு இருக்க வேண்டும். அது இருந்தால் நம் சாதனைகளுக்குத் தடைகளாக இருப்பவற்றை உடைத்தெறியும் ஆற்றலையும், வல்லமையையும், திறனையும் வளர்த்துக் கொண்டு செயல்படுவோம். சாதிக்க வேண்டும் என்று நினைப்போருக்கு தான் செய்யும் வேலை அல்லது செயல் பற்றிய ஒரு விழிப்புணர்வு வேண்டும். அதற்குப் பெயர் அறிதல். அந்த விழிப்புணர்வு கிடைத்தவுடன் தன் செயல்பாடுகளின் ஆழ அகலங்கள் நுணுக்கங்கள் பற்றிய ஓர் ஆழமான அறிவை உருவாக்கிக்கொண்டு செயல்பட வேண்டும். அதற்குப் பெயர் புரிதல். நாம் உருவாக்கிக்கொண்ட அறிவை வைத்து செயலுக்குத் தேவையான ஊக்கத்தை வளர்த்துச் செயல்பட வேண்டும். அதற்குப் பெயர் தெளிவு. நாம் செயல்பட்டுக்கொண்டிருக்கும் போது எழும் தடைகள் மற்றும் சவால்களை அறிவைத் தாண்டி ஓர் உள்ளுணர்வில் நின்று செயல்பட்டுச் சாதிக்க வேண்டும். அதற்குப் பெயர் உணர்தல். இந்த நான்கும் நம் செயல்பாடுகளில் ஒருங்கிணைந்தால் நாம் எதைச் செய்தாலும் அதில் நல்ல விளைவுகள் வந்துகொண்டேயிருக்கும்.

இன்று நம் உள்ளாட்சித் தலைவர்கள் நகர்ப்புறங்களில் தேர்ந்தெடுக்கப்பட்டு மாமன்றங்களுக்குச் சென்று செயல்பட ஆரம்பித்துவிட்டனர். அவர்களுடைய செயல்பாடுகள் செம்மையடைய மேற்கூறிய நான்கும் அடிப்படையான தேவைகள். ஏன் இந்த

உள்ளாட்சி அரசாங்கமாக அரசியல் சாசனச் சட்டத்தால் உருவாக்கப்பட்டுள்ளது என்பது அவர்களுக்குப் புரிய வேண்டும். இந்த அரசாங்கத்தில் ஆளுகை செய்வது எப்படி, நிர்வாகம் செய்வது எப்படி, அடிப்படையான சமுதாய மாற்றங்களைக் கொண்டுவருவது எப்படி என்ற கேள்விகளுக்குத் தேவையான பதில்களை முறையான பயிற்சிகள் கொண்டுவந்து தந்துவிடும். அத்துடன் எது சாதாரணச் செயல்பாடு, எது அடிப்படைச் செயல்பாடு என்பதெல்லாம் புரிந்து நிபுணத்துவத்துடன் செயல்பட நம் உள்ளாட்சித் தலைவர்களுக்குத் தலைமைத்துவப் பண்பும் பார்வையும் இருந்தால் மட்டுமே சாத்தியம்.

அடிப்படையில் நமது மக்கள் பிரதிநிதிகள் தாங்கள் மக்களுக்குக் கடமைப்பட்டவர்கள் என்ற உணர்வுடன் இருந்தால், மிகப் பெரிய அளவில் சாதிக்க முடியும். மக்களுடன் பணியாற்ற, மக்களின் கருத்துகளைக் கேட்க, மக்களை மதிக்க, மக்களை மாற்றத் தேவையான பக்குவமும் பண்பும் இருந்தாலே சிறப்பாகப் பணிகளைச் செய்யலாம். மக்களின் பிரச்சினைகளைச் சேகரிப்பதும் சேகரித்த பிரச்சினைகளுக்குத் தீர்வு காண்பதும்தான் மக்கள் பிரதிநிதிகளின் தலையாயப் பணிகள். மக்கள் பிரதிநிதிகளுக்கு உள்ளாட்சி அமைப்புகளில் உதவுவதற்கு அதிகாரிகள், அலுவலர்கள் பணி செய்து கொண்டுள்ளனர். அவர்களின் மிகவும் முக்கியமான கடமை பிரதிநிதிகள் கொண்டுவரும் சமூகப் பிரச்சினைகளுக்குச் சட்டம் மற்றும் திட்ட வரையறைகளுக்கு உட்பட்டுத் தீர்வுகாண உதவுவதுதான். எனவே எனக்குச் சட்டம் தெரியவில்லை என எந்த மாமன்ற உறுப்பினரும் கவலைகொள்ளத் தேவையில்லை. அலுவலர்களையும் அதிகாரிகளையும் வேலை வாங்குவது உள்ளாட்சித் தலைவர்களின் பணியாகும். அதற்குத்தான் நம் நகர்ப்புற உள்ளாட்சித் தலைவர்களுக்கு ஒரு விழிப்புணர்வு வேண்டும்.

எதற்காக இந்த உள்ளாட்சி அரசாங்கமாக வந்துள்ளது, இதுவரை ஒன்றிய, மாநில அரசாங்கங்கள் எவற்றைச் சாதித்தன, எவற்றை யெல்லாம் செய்ய இயலவில்லை, தற்போது வந்துள்ள உள்ளாட்சி களுக்கு என்னென்ன பணிகள், பொறுப்புகள் கொடுக்கப் பட்டுள்ளன, அவற்றை நிறைவேற்ற கொடுக்கப்பட்ட அதிகாரங்கள் என்னென்ன என்ற புரிதல் வேண்டும். இவற்றையெல்லாம்விட

அவர்களுக்கு ஒரு தலைமைத்துவப் பண்பான கனவு காணும் ஆற்றல் இருக்க வேண்டும். அப்படி இருக்குமெனில் நமது மக்கள் பிரதிநிதிகளால் மிகச் சிறந்த பணிகளைச் செய்து முன்னுதாரணமாக ஒவ்வொரு நகரத்தையும் உருவாக்க முடியும்.

தேர்ந்தெடுக்கப்பட்ட உள்ளாட்சித் தலைவர்களுக்கு ஓர் அறிமுகம் தேவை என்ற நிலையில், நான் ஆற்றிய உரைகள், இதழ்களில் வெளிவந்த எனது கட்டுரைகளைத் தொகுத்து இந்தப் புத்தகத்தை உருவாக்கியுள்ளேன்.

இந்தப் புத்தகம் நகர்ப்புற உள்ளாட்சித் தலைவர்களுக்கு மட்டுமே தயாரிக்கப்பட்டது அல்ல. நகர்ப்புற உள்ளாட்சி பற்றி அறிந்துகொள்ள விரும்பும் குடிமக்களுக்கும் தன்னார்வலர் களுக்கும் பயன்படும் நோக்கில் இது தொகுக்கப்பட்டிருக்கிறது. 'பங்கேற்பு ஜனநாயகத்தை' அடித்தளத்தில் கட்டமைக்க கிராமங் களில் கிராமசபையையும் நகரங்களில் பகுதி சபையையும் உருவாக்கி யுள்ளது தமிழக அரசு. எனவே உள்ளாட்சிச் செயல்பாடு என்பது தலைவர்களுக்கு மட்டுமே ஆனது அல்ல. உள்ளாட்சியில் ஒவ்வொரு குடிமகளுக்கும் குடிமகனுக்கும் பொறுப்பு, கடமை, பணி போன்றவை இருக்கின்றன. இதைப் புரிந்துகொண்டு தேவையான அனைத்து இடங்களிலும் பொதுமக்களாகிய குடிமக்கள் அனைவரும் பங்கேற்க வேண்டும்.

தமிழக நகர்ப்புற உள்ளாட்சிக்குப் புதிய சட்டம் அமலுக்கு வரவிருக்கிறது. இதற்காகவும் நகர்ப்புற உள்ளாட்சிக்கான ஒரு விளக்கக் கையேட்டை உருவாக்கி வருகிறேன்.

உள்ளாட்சிப் பிரதிநிதிகளும் குடிமக்களும் இந்தப் புத்தகத்தைப் படித்து, உள்ளாட்சியைப் பங்கேற்பு ஜனநாயகமாக மாற்ற வேண்டும்; உள்ளாட்சி மூலம் ஒரு நல்லாட்சியை உருவாக்கி, சாதனைகள் நாம் அனைவரும் முயல வேண்டும்!

கப

நாம் மக்களிடம் நல்லெண்ணம் கொண்டுள்ளோம், நம்பிக்கை கொண்டுள்ளோம், மக்களே தங்களுடைய தலைவிதியையும் நிர்ணயிக்கக்கூடியவர்கள். இந்திய மக்களுக்கு அதிக அளவு குடியாட்சியையும் அதிக அளவு பொறுப்புணர்வையும் உறுதிபடுத்துவோம். மக்கள் அதிகாரம் பெறட்டும்.

- ராஜீவ் காந்தி

எங்கள் நகரம்
எங்கள் ஆட்சி

மக்களால் செய்ய முடிந்ததை
அரசு செய்யக் கூடாது.
மக்களால் செய்ய முடியாததை மட்டுமே
அரசு செய்ய வேண்டும்.
- ஆப்ரகாம் லிங்கன்

1

உள்ளாட்சி அரசாங்கம்

இந்திய நாடு, கூட்டாட்சி முறையில் மாநிலங்களின் தொகுப்பாக இயங்குவதாக அரசமைப்புச் சட்டத்தின் மூலம் அறிவித்து இருக்கிறது. இருப்பினும் ஒன்றிய அரசாங்கத்தின் வலுவான கட்டமைப்பு, அரசமைப்புச் சட்டத்தில் கூறப்பட்டிருப்பது போல மாநிலங்களை நடத்துவது இல்லை என்று சுதந்திரம் அடைந்த நாளிலிருந்து முன்வைக்கப்படும் விமர்சனமாகும். எதாவது காரணத்தை முன்வைத்து, கொடுத்த அதிகாரங்களையும் சிறிது சிறிதாக ஒன்றிய அரசு எடுத்துக்கொள்ள ஆரம்பித்துவிட்டது என்ற மாநில அரசுகளின் கூக்குரலும் தொடர்ந்து கேட்டவண்ணம் இருந்துவருகிறது. அவற்றைத் தாண்டி அண்மை காலமாக 'நாட்டின் நலன் கருதி பொருளாதார வளர்ச்சிக்காகப் பொருளாதாரச் சீர்திருத்தம் செய்தாக வேண்டும்' என்று கூறி மாநில அரசுகளின் அதிகாரங்களை மிகப் பெரிய அளவில் ஒன்றிய அரசு பறித்து விட்டது.

படிப்படியாக இந்த அதிகாரப் பறிப்பை, பொருளாதார வளர்ச்சி என்ற போர்வையில் ஒன்றிய அரசு மேற்கொண்டபோது, மாநிலத்தை ஆண்ட கட்சிகள் இதன் பாதிப்புகளை உணரவில்லை. அப்போதெல்லாம் பல மாநிலக் கட்சிகள் ஒன்றிய அரசுடன் இணைந்து அந்த முடிவுகளுக்கு இசைவு தெரிவித்துக் கொண்டே இருந்தன. அந்த நேரத்தில்தான், பொருளாதாரச் சீர்திருத்தத்தால் கிடைக்கும் வளர்ச்சியை, பலனை மக்களுக்கு முறையாக எடுத்துச் செல்ல ஒரு மக்கள் அமைப்பு வலுவாக மக்களுக்கு அருகில் உருவாக்கப்பட வேண்டும், அதுவும் அரசாங்கமாக என்ற விவாதத்தை

முன்வைத்து, ஒன்றிய அரசு உள்ளாட்சியை அரசாங்கமாக உருவாக்க அதிகாரப் பரவல் என்ற முழக்கத்துடன் முன்னெடுத்தது.

அந்த நேரத்தில், இந்த அதிகாரப் பரவல் மாநில அரசை வலுவிழக்கச் செய்யும் ஒரு நிகழ்வாகவே மாநில அரசுகள் பயத்துடன் பார்த்தன; அதன் அடிப்படையில் இந்த முன்னெடுப்புக்கு எதிராகப் பல விமர்சனங்களும் முன்வைக்கப்பட்டன. மாநிலங்களுக்கு அதிக அதிகாரம் கொடுக்கப்படாமல், வலுவான உள்ளாட்சி என்பது ஒன்றிய அரசை வலுவாக்குவதற்கும் மாநில அரசுகளைப் பலவீனப்படுத்துவதற்குமான ஒரு செயல் என்று கூறி, அந்த முடிவை எதிர்த்தன. அதனால்தான் ராஜீவ் காந்தி கொண்டுவந்த அரசியல் சாசன திருத்தச் சட்ட மசோதாக்கள் தோற்றன. அவை தோல்வியடையக் காரணமாக இருந்தவர்களும் தமிழக நாடாளுமன்ற உறுப்பினர்கள் என்பது பலர் மறந்த வரலாறு.

ஆனால் ராஜீவ் காந்திக்குப் பிறகு பிரதமரான பி.வி. நரசிம்மராவ் அரசியல் கட்சிகள் எழுப்பிய ஐயங்களைப் போக்க முடிவெடுத்தார். அதன் அடிப்படையில், ஒன்றிய அரசு கொண்டுவந்த மசோதாக்களை நாடாளுமன்ற கூட்டுக் குழுவிற்கு 1991ஆம் ஆண்டு அனுப்பி, அந்தக் குழுவின் பரிந்துரையைப் பெற்று 1992ஆம் ஆண்டு டிசம்பர் 22ஆம் தேதி சட்டத் திருத்தத்தை நாடாளுமன்றத்தில் நிறைவேற்றியது ஒன்றிய அரசு. இந்த நாடாளுமன்றக் கூட்டுக் குழு மிகவும் விரிவான கலந்துரையாடலையும் கள ஆய்வையும் செய்த பிறகுதான் அறிக்கையைச் சமர்ப்பித்தது. அதைத் தொடர்ந்து 74ஆவது அரசமைப்புத் திருத்தச் சட்டத்திற்கு ஏப்ரல் 20ஆம் தேதி 1993 குடியரசுத் தலைவர் ஒப்புதல் அளித்தார். அது IXA என்ற பகுதியாக அரசமைப்புச் சட்டத்தில் சேர்க்கப்பட்டிருக்கிறது. இந்தச் சட்டம் 1993 ஜூன் 1ஆம் தேதி நடை முறைக்கு வந்தது.

அரசமைப்புச் சட்டத்தில் IXA பகுதியில் சேர்க்கப் பட்டிருப்பதால் ஒன்றிய மாநில அரசுகள் போல் உள்ளாட்சிகளும் நிலைத்த தன்மையைப் பெற்றுவிட்டது. இது ஓர் அரசாங்கம் என்ற புரிதல் பொதுமக்களுக்கும் உள்ளாட்சிகளுக்குத் தேர்ந் தெடுக்கப்பட்டுள்ள மக்கள் பிரதிநிதிகளுக்கும் இருக்க வேண்டும். இன்று இந்தியாவில் மூன்று அரசாங்கங்கள் செயல்படுகின்றன என்ற புரிதலுடன் அனைவரும் செயல்பட வேண்டும்.

நகரப்புற உள்ளாட்சிகளை அமைத்தல்

இந்த அரசமைப்புத் திருத்தச் சட்டம் நகர்ப்புற உள்ளாட்சியை மூன்றாக வகைப்படுத்தி, அதன் பரப்பளவை வைத்தும் அதன் அளவை வைத்தும் உருவாக்க வழிவகை செய்துள்ளது.

1. நகர் பஞ்சாயத்து அல்லது பேரூராட்சி என்பது கிராமத்திலிருந்து நகரமாக உருவானது.
2. நகராட்சிகள் என்பன கிராமத்திலிருந்து நகரமாகி விரிந்து வளர்ந்துள்ள நிலையில் இருக்கும் நகரங்கள்.
3. மாநகரங்கள் என்பன பெரிய பரப்பளவைக் கொண்ட நகரங்கள். மக்கள் தொகையையும் மற்ற காரணிகளையும் வைத்து அந்தந்த மாநிலங்களுக்கேற்ப நகர உள்ளாட்சிகளை வடிவமைத்துக்கொள்ள வழிவகை செய்கிறது.

ஒரு பகுதிக்கு எப்படிப்பட்ட நகர உள்ளாட்சியை அமைப்பது என்பதை அந்தந்த மாநிலமே முடிவெடுத்துக்கொள்ள இந்தச் சட்டத் திருத்தம் வழிவகை செய்துள்ளது.

நகர்ப்புற உள்ளாட்சி அமைப்பு

நகர்ப்புற உள்ளாட்சி அமைப்புகளுக்கான உறுப்பினர்கள் நேரடியாக மக்களால் தேர்ந்தெடுக்கப்படுவர். அதுதவிர, சில உறுப்பினர்கள் நியமனமும் பெறுவார்கள்.

அதாவது, தலைசிறந்த அறிஞர்கள், பொதுக் கருத்தாளர்கள், நிபுணர்கள் அந்த நகர்ப்புற உள்ளாட்சிக்கு உதவுவார்களெனில், அந்த நபர்களை நகர்ப்புற உள்ளாட்சியின் நியமன உறுப்பினராக்கிக்கொள்ளலாம்.

ஆனால், அவர்களுக்கு மன்றத்தில் வாக்கு அளிக்கும் உரிமை கிடையாது. அந்த மாநிலச் சட்டத்தின் மூலம் நகராட்சிகளில் அந்தந்தப் பகுதிக்குரிய சட்டமன்ற உறுப்பினரையும் நாடாளுமன்ற உறுப்பினரையும் உறுப்பினர்களாக ஆக்கிக்கொள்ள வழிவகை செய்கிறது இந்தச் சட்டம்.

இந்த நகர்ப்புற உள்ளாட்சிகளுக்கு மாநில அரசுச் சட்டத்தின் மூலம் மறைமுகமாகவோ, நேரடியாகவோ தேர்தல் நடத்தி தலைவரைத் தேர்வு செய்ய வழிவகை செய்யப்பட்டிருக்கிறது.

வார்டு குழு

மூன்று இலட்சம் மக்கள்தொகைக்கு மேலிருந்தால், அந்த நகராட்சிகளில் வார்டு குழு அமைக்க வழிவகை செய்யப்பட்டுள்ளது.

இட ஒதுக்கீடு

தலித்துகள், ஆதிவாசிகள், பெண்கள் போன்றவர்களுக்கும் முறையான அளவில் உறுப்பினர், தலைவர் பதவிகளை இடஒதுக்கீடு செய்துகொள்ள வழிவகை செய்யப்பட்டுள்ளது. தலித்துகளுக்கும் ஆதிவாசிகளுக்கும் அவர்களுடைய மக்கள்தொகை அந்த நகரத்தில் எவ்வளவு விகிதத்தில் இருக்கின்றதோ அதே விகிதத்தில் அவர்களுக்கு இடஒதுக்கீடு செய்வதற்கு இந்தச் சட்டத்தில் வழிவகை செய்யப்பட்டுள்ளது. எடுத்துக்காட்டாக, ஒரு நகராட்சியிலோ, பேரூராட்சியிலோ, மாநகராட்சியிலோ தலித்துகள் 30% மக்கள்தொகை இருக்கின்றார்கள் என்றால், அந்த நகரங்களில் உள்ள நகராட்சியில் 30% உறுப்பினர்கள் பதவி தலித்துகளுக்கு ஒதுக்கப்பட இந்த அரசமைப்புத் திருத்தச் சட்டம் வழிவகை செய்துள்ளது.

இந்த இடஒதுக்கீடு நேரடியாகத் தேர்ந்தெடுக்கப்படும் பதவிகளுக்கு வழங்கப்பட்டுள்ளது. மூன்றில் ஒரு பங்குக்குக் குறையாமல் உறுப்பினர் பதவிகள் பெண்களுக்கு ஒதுக்கீடு செய்வதற்கு வழிவகை செய்யப்பட்டுள்ளது. மூன்றில் ஒரு பங்குக்குக் குறையாமல் என்று குறிப்பிடப்பட்டுள்ளதால், இன்று உள்ளாட்சிகளில் பெண்களுக்கு 50% இடஒதுக்கீடு செய்யப்பட்டுள்ளது என்பதை நாம் புரிந்துகொள்ள வேண்டும். இந்தப் பெண்களுக்கான 50% இடஒதுக்கீடு மாநில அரசால் கொடுக்கப்பட்டுள்ளது. இந்தப் பெண்களுக்கான இடஒதுக்கீட்டில் தலித் பெண்களுக்கும் மூன்றில் ஒரு பங்குக்குக் குறையாத அளவில் பதவிகள் ஒதுக்கீடு செய்ய வழிவகை செய்யப்பட்டுள்ளது. அதே நேரத்தில் மாநில அரசுகள் சட்டத்தின் மூலம் தலைவர், துணைத் தலைவர் பதவிகளில் இடஒதுக்கீடு செய்துகொள்ள எந்தத் தடையும் விதிக்கவில்லை. அதேபோல் பிற்படுத்தப்பட்ட சமூகத்திற்கு இடஒதுக்கீடு செய்ய வேண்டும் என மாநில அரசு நினைத்தால், அதையும் செய்துகொள்ள இந்தச் சட்டத்தில் வழிவகை செய்யப்பட்டுள்ளது.

நகர உள்ளாட்சிகளின் பதவிக்காலம்

நகர உள்ளாட்சிகளின் பதவிக்காலம் முழுமையாக ஐந்து ஆண்டுகள் என்று வரையறை செய்யப்பட்டுள்ளது. பதவிக்காலம் முடிவடைவதற்குள் அடுத்தத் தேர்தல் நடத்தி முடிக்கப்பட்டிருக்க வேண்டும். ஒருவேளை ஏதோ காரணங்களுக்காக நகர உள்ளாட்சி மன்றங்கள் கலைக்கப்பட்டால், அந்த மன்றங்களுக்கான தேர்தலை ஆறு மாதத்திற்குள் நடத்தி முடித்துவிட வேண்டும்.

அதிகாரங்களும் செயல்பாடுகளும்

நகர்ப்புற உள்ளாட்சிகள் தன்னாட்சி பெற்ற அமைப்புகளாகச் செயல்படத் தேவையான அனைத்து அதிகாரங்களும், செயல்பாடு களும் மாநில அரசின் சட்டத்தின் மூலம் வழங்கப் பட்டுள்ளது. நகர உள்ளாட்சிகள் திட்டமிட்டுப் பொருளாதார மேம்பாட்டுக் காகவும், சமூக நீதிக்காகவும் செயல்படத் தேவையான அதிகாரங் களைச் சட்டபூர்வமாக நகர உள்ளாட்சிகளுக்கு வழங்குவதற்கு வழிவகை செய்யப்பட்டுள்ளது. உள்ளாட்சிகளுக்குத் தேவையான செயல்பாடுகள் பொருள்பட்டியலாக அட்டவணை 12இல் கொடுக்கப்பட்டுள்ளது. அதிகாரங்கள் மாநில அரசின் சட்டத்தின் மூலம் கொடுக்கப்பட வேண்டும் என்று கூறப்பட்டுள்ளது. அப்படிக் கூறுவதற்கான காரணம், பல மாநிலங்கள் சட்டத்திற்குப் பதில் அரசின் ஆணைகள் மூலம் அதிகாரங்களைக் கொடுத்துவிட்டு, இன்னொரு ஆணையின் மூலம் அந்த அதிகாரங்களைப் பறித்து விடக்கூடாது என்பதால் தான். இன்று பல மாநிலங்களில் ஓர் அரசாணை மூலம் அதிகாரங்களைக் கொடுத்துவிட்டு, மற்றொரு ஆணை மூலம் கொடுத்த அதிகாரங்களைப் பறித்து, உள்ளாட்சி களை வலுவிழக்கச் செய்யும் செயல்பாடுகள் நடந்துவருகின்றன.

நிதி ஆதாரம்

மாநிலச் சட்டத்தின் மூலம் வரிவிதிக்கும் பொறுப்பை நகர்ப்புற உள்ளாட்சி மன்றங்களுக்கு வழங்கிட வழிவகை செய்யப்பட்டுள்ளது. வரி, தீர்வைகள், கட்டணங்கள் ஆகியவற்றை உள்ளாட்சிகளுக்கு எப்படித் தர வேண்டும் என்பதை அந்த மாநிலச் சட்டங்கள் மூலம் வழிவகை காண உறுதிசெய்யப்பட்டுள்ளது. வரி, தீர்வை, கட்டணங்கள் மாநில அரசுகள் வசூலிப்பதில் ஒரு பங்கு நகர்ப்புற

உள்ளாட்சிகளுக்குப் பங்கீடு செய்யவும் வழிவகை செய்யப் பட்டுள்ளது. அவற்றையும் தாண்டி பணித்துறை உதவித் தொகையை (கிராண்ட் இன் எய்ட்) நகர்ப்புற உள்ளாட்சிகளுக்கு மாநில அரசு அளிக்கவும் வழிவகை செய்யப்பட்டுள்ளது.

நிதிக்குழு

அரசமைப்புச் சட்டத்தில் பிரிவு 243-1இல் கூறப்பட்டவாறு ஒவ்வொரு மாநிலத்திலும் ஒரு மாநில நிதிக்குழு உருவாக்கப் பட்டுள்ளது. அந்தக்குழு நகர உள்ளாட்சிகளுக்கான நிதித் தேவைகள் பற்றி ஆய்வு செய்து, ஓர் அறிக்கையை ஒவ்வொரு ஐந்தாண்டுக்கும் மாநில ஆளுநரிடம் அளிக்கும். அந்த அறிக்கை சட்டமன்றத்தில் தாக்கல் செய்யப்பட்டு அதன்மீது நடவடிக்கை எடுக்க வழிவகை செய்யப்பட்டுள்ளது.

மாநில நிதிக்குழுவின் பரிந்துரைகளில் பின்வருவன மிகவும் முக்கியமான அம்சங்களாக இருக்க வேண்டும்:

1. மாநில அரசு பெறும் வரி, தீர்வைகள், கட்டணங்கள், சுங்கம் இவற்றில் எவ்வளவு தொகை நகர உள்ளாட்சிகளுக்கு மாநில அரசு தர வேண்டும் என்பது இடம்பெற வேண்டும்.

2. ஒவ்வொரு நிலை நகர உள்ளாட்சிக்கும் அந்தத் தொகை எந்த அளவில் பங்கிடப்பட வேண்டும் என்ற வரையறையும் செய்யப்பட வேண்டும்.

3. அதேபோல் நகர்ப்புற உள்ளாட்சிகளுக்கு வரி, தீர்வை, சுங்கம், கட்டணம் போன்றவை எவ்வளவு வசூலிக்கலாம் என்பதைத் தீர்மானிக்கப் பரிந்துரை செய்யப்பட வேண்டும்.

4. நகர்ப்புற உள்ளாட்சிகளுக்கு மாநிலத் தொகுப்பு நிதியிலிருந்து பணித்துறை உதவித்தொகை எவ்வளவு தரலாம் என்பதும் குறிப்பிட வேண்டும்.

5. நகர்ப்புற உள்ளாட்சிகளின் நிதி நிலையை உயர்த்துவதற்கு மேற்கொள்ள வேண்டிய நடவடிக்கைகள் போன்றவை மாநில நிதிக்குழுவால் பரிந்துரைக்கப்பட வேண்டும்.

தேர்தல்

புதிய உள்ளாட்சி அமைப்புகள் கிராமப்புறத்திலும் நகர்ப்

புறத்திலும் நிலைத்த தன்மையைப் பெற்று அரசாங்கமாக உருவாக்கப்பட்டுவிட்டதால், இதற்கான தேர்தலை நடத்த மாநிலத்திற்கு ஒரு தேர்தல் ஆணையம் உருவாக்கப்பட அரசியல் சாசனத்தின் மூலம் வழிவகை செய்யப்பட்டுள்ளது. அந்தத் தேர்தல் ஆணையம் வாக்காளர் பட்டியல் தயாரிப்பது, தேர்தல் நடத்துவது போன்ற பணிகளைச் செய்யப் பணிக்கப்பட்டுள்ளது. இந்த மாநிலத் தேர்தல் ஆணையம் சுதந்திரமானது. உயர்நீதி மன்ற அந்தஸ்தைப் பெற்றது. இது மாநில அரசாங்கத்தின் துறை அல்ல.

வரவு-செலவு கணக்குத் தணிக்கை

அந்தந்த மாநிலச் சூழலுக்கேற்ப உள்ளாட்சியின் வரவு-செலவுக் கணக்குகளை எந்த நிறுவனத்தின் மூலம் தணிக்கை செய்யலாம் என்பதை அந்த மாநிலச் சட்டப் பேரவை முடிவு செய்துகொள்ள வழிவகை செய்யப்பட்டுள்ளது.

மாவட்டத் திட்டக்குழு

மாவட்டத்தில் உள்ள நகர்ப்புறங்களுக்கும், கிராமப்புறங்களுக்கும் மேம்பாட்டுக்கான ஒருங்கிணைந்த திட்டத்தை உருவாக்க திட்டக்குழு ஒன்று பரிந்துரைக்கப்பட்டுள்ளது. அந்தத் திட்டக்குழு மாவட்டத்தில் உள்ள கிராமப் பஞ்சாயத்து, ஒன்றிய பஞ்சாயத்து, மாவட்டப் பஞ்சாயத்து, பேரூராட்சி, நகராட்சி ஆகிய அமைப்புகள் தரும் திட்டங்களை ஒருங்கிணைத்து மாவட்ட வளர்ச்சிக்கான ஒரு திட்டம் தயாரித்து உள்ளாட்சிகள் மூலம் செயல்படுத்த வழிவகை செய்யப்பட்டுள்ளது. மாவட்டத் திட்டமிடுதல் என்பது அரசமைப்புச் சட்டத்தின் மூலம் கட்டாயமாக்கப்பட்டுள்ளது. ஒன்றிய-மாநில அரசுகள் திட்டமிடவில்லை என்றாலும் உள்ளாட்சிகளுக்கு மாவட்ட அளவில் திட்டமிடுதல் என்பது அரசமைப்புச் சட்டத்தின் மூலம் கட்டாயமாக்கப்பட்டுள்ளது.

12ஆவது பட்டியல்

நகர்ப்புற உள்ளாட்சிகள் செயல்பட அரசியல்சாசனச் சட்டம் 12வது பட்டியல் மூலம் 18 விஷயங்களைக் கோடிட்டுக் காட்டியுள்ளது. எந்தெந்த விஷயங்களில் நகர்ப்புற உள்ளாட்சிகள் செயல்பட வேண்டும் என்பதைப் பட்டியலிட்டுள்ளது. அதன் விவரம்:

1. நகரமைப்பு உள்ளிட்ட நகர்ப்புறத் திட்டம்;
2. நில பயன்பாட்டைக் கட்டுப்படுத்துதல், வீடுகள் கட்டுதல்;
3. பொருளாதார, சமூக நீதிக்கான திட்டமிடுதல்;
4. சாலைகள், பாலங்கள்;
5. வீடுகள், தொழிற்சாலைகள், வணிகச் செயல்பாடுகளுக்குத் தண்ணீர் வழங்குதல்;
6. மக்கள் நலம், சுகாதாரம், துப்புரவு, திடக்கழிவு மேலாண்மை;
7. தீயணைப்புப் பணிகள்;
8. நகர்ப்புறக் காடுகள், சுற்றுப்புறச் சூழல் பாதுகாப்பு, சூழலியல் மேம்பாடு;
9. சமூகத்தில் நலிந்தோர் நலன், பாதுகாப்பு, மாற்றுத் திறனாளிகள், மனநிலை பாதிக்கப்பட்டோர் நலன்; 10. குடிசைப்பகுதி மேம்பாடு, தரஉயர்வு;
11. நகர்ப்புற வறுமை ஒழிப்பு;
12. பூங்காக்கள், வனத் தோட்டங்கள், விளையாடும் இடங்கள் போன்ற நகர்ப்புற வசதிகளுக்கான ஏற்பாடு;
13. பண்பாடு, கல்வி, கலைநயம் சார்ந்த நுட்பங்களின் வளர்ச்சி; 14. மயானம், எரியூட்டுமிடம், மின் எரியூட்டகம்;
15. கால்நடைப் பட்டிகள், மிருகவதைத் தடுப்பு;
16. பிறப்பு, இறப்புப் பதிவுகள் உள்பட புள்ளிவிவரங்களைப் பேணுதல்;
17. பொதுமக்களின் வசதிகள், தெருவிளக்குகள் வசதி, வாகன நிறுத்துமிடங்கள், கழிப்பிட வசதிகள்;
18. ஆடு, மாடுகள் வெட்டும் இடங்கள், தோல் பதனிடுதல் போன்றவற்றை முறைப்படுத்துதல்.

இவற்றைத் தாண்டியும் மாநில அரசு விரும்பினால், வேறு விஷயங்களையும் இணைத்து உள்ளாட்சிகளுக்குத் தந்து செயல் பட வைக்கலாம். அன்று சுற்றுச்சூழல், பருவநிலை மாற்றம் போன்றவை இந்தப் பட்டியலில் சேர்க்கப்படவில்லை. இன்று அவை அனைத்தும் மிகவும் முக்கியமான உள்ளாட்சிச் செயல் பாடுகள். அவற்றை உள்ளாட்சிகள்தான் செய்ய முடியும்.

இதைத்தான் அரசமைப்புச் சட்டத்தில் ஒன்றிய, மாநில ஒத்திசைவுப் பட்டியல் இருப்பதுபோல் உள்ளாட்சிப் பட்டியல் என்ற ஒன்றை உருவாக்கிக் கொடுக்க வேண்டும் என்று வல்லுநர்கள் பரிந்துரை செய்கிறார்கள்.

இந்த 74ஆவது அரசமைப்புத் திருத்தச் சட்டம் பின்வரும் அம்சங்களை அடிப்படையாகக் கொண்டது:

1. ஒன்றிய, மாநில அரசுகள்போல் அரசாங்கமாக உருவாக்கப் பட்டவைதான் உள்ளாட்சி அமைப்புகள். இதன்மூலம் இந்தியாவில் மூன்று அரசாங்கங்கள் செயல்படுகின்றன.
2. இந்த அரசாங்கமும் நிலைத்த தன்மையைப் பெற்றுவிட்டது.
3. ஐந்தாண்டுகளுக்கு ஒருமுறை தேர்தல் கட்டாயமாக்கப்பட்டு விட்டது.
4. தேர்தலை நடத்துவதற்கு அரசியல்சாசனத் திருத்தச் சட்டத்தின் மூலம் மாநிலத் தேர்தல் ஆணையம் உருவாக்கப் பட்டுள்ளது.
5. ஒன்றிய-மாநில அரசுகளுக்கு நிதியைப் பங்கிடுவதற்காக நிதி ஆணையம் இருப்பது போல மாநில, உள்ளாட்சி அரசாங்கத் திற்கு நிதிப் பங்கீடு செய்வதற்கு மாநில நிதிக்குழு ஒவ்வொரு ஐந்தாண்டும் அமைக்கப்படுவது கட்டாயமாக்கப்பட்டுவிட்டது.
6. மூன்றில் ஒரு பங்குக்குக் குறையாத அளவில் பெண்களுக்கு உள்ளாட்சிப் பதவிகளில் இட ஒதுக்கீடு செய்யப்பட்டுள்ளது.
7. பட்டியல் இனத்தவர்களுக்கும் மலைவாழ் மக்களுக்கும் அவர்களின் மக்கள்தொகைக்கு ஏற்ப பதவிகளில் விகிதாச்சாரப் படி, இடஒதுக்கீடு கொடுக்கப்பட்டுள்ளது.
8. மேம்பாட்டுக்கான திட்டம் தீட்டுவது கட்டாயமாக்கப் பட்டுள்ளதுடன் அதற்கான மாவட்டத் திட்டக்குழு ஒன்றும் அரசமைப்புத் திருத்தச் சட்டத்தின் மூலம் உருவாக்கப் பட்டுள்ளது.
9. உள்ளாட்சியைத் தன்னாட்சி பெற்றதாக உருவாக்கு வதற்காகத்தான் இந்த அரசமைப்புத் திருத்தச் சட்டம் கொண்டு வரப்பட்டுள்ளது.

10. இந்தப் புதிய உள்ளாட்சிகள் பொருளாதார மேம்பாட்டையும் சமூக நீதியையும் மையப்படுத்திப் பணியாற்ற வேண்டும்.
11. மக்கள் பங்கேற்போடு இந்தப் பணிகளைச் செய்ய வேண்டும் என்று பணிக்கப்பட்டுள்ளது.
12. இந்தப் புதிய உள்ளாட்சிகளால் மக்களைப் பயனாளிச் சிந்தனையிலிருந்து குடிமக்கள் சிந்தனைக்குக் கொண்டு வந்து ஆளுகையிலும் மேம்பாட்டுச் செயல்பாடுகளிலும் பங்கேற்க வைக்க வேண்டும். இதன் மூலம் மக்களை அதிகாரப்படுத்த வழிவகை செய்யப்பட்டுள்ளது.

அரசமைப்புத் திருத்தச் சட்டத்தின் மூலம் எதற்காக இந்தப் புதிய உள்ளாட்சி அமைப்புகளை உருவாக்கினார்கள் என்பதைப் புரிந்து கொண்டு மக்களும், மக்கள் பிரதிநிதிகளும் உள்ளாட்சிகளில் செயல்பட வேண்டும். அடுத்து, அதிகாரம் என்பது யாரும் யாருக்கும் தரும் பொருள் அல்ல. அதை மக்களாகிய நாம்தான் எடுத்துச் செயல்பட வேண்டும். அதற்கு முதல் தேவை புதிய உள்ளாட்சியின் அடிப்படையை அறிந்து விசாலமான பார்வையுடன் செயல்படத் தேவையான புரிதலை ஒவ்வொருவரும் ஏற்படுத்திக்கொள்ள வேண்டும். அந்தப் புரிதல் நம் மக்கள் பிரதிநிதிகளுக்கு வந்து விட்டால், உள்ளாட்சியில் நல்லாட்சியை உருவாக்கிவிடலாம். அதே புரிதல் பொதுமக்களுக்கு வந்துவிட்டால், உள்ளாட்சியில் குடியாட்சி மலர்ந்துவிடும்.

2

நகர்ப்புற மேம்பாட்டில் மக்கள்

நகரங்களும் மாநகரங்களும் பொருளாதார வளர்ச்சிக்குப் பெரும் பங்காற்றுகின்றன என்பதை யாராலும் மறுக்க இயலாது. அதே நேரத்தில் கிராம மேம்பாட்டிற்கும் உறுதுணையாகச் செயல் படுகின்றன என்பதையும் நாம் நினைவில்கொள்ள வேண்டும். நகரங்களும் கிராமங்களும் சமச்சீர் வளர்ச்சியடைய மிகவும் தேவை திட்டமிடுதல். இது ஒரு முக்கியமான பணி. உலகில் அப்படித் திட்டமிட்ட செயல்பாடுகள் நடந்த நாடுகளில் கிராமங்களும் நகரங்களும் ஒழுங்கமைப்பு, தூய்மை, அழகு ஆகியவற்றுடன் இருக்கின்றன. நாம் அந்த நாடுகளுக்குச் சுற்றுலா சென்று அவற்றை இரசித்து வருவது நம் வழக்கம். நம் கிராமங்களையும் நகரங் களையும் அப்படித் திட்டமிட்டு மேம்படுத்துவது குறித்து நாம் கவனத்தில் கொள்வதில்லை.

நம் நாட்டில் கிராமங்களிலும் நகரங்களிலும் நாம் அன்றாடம் செயல்படுவதற்குச் சிக்கலும் நெருக்கடியும் ஏற்படுகின்றபோது அவற்றைத் தீர்ப்பதற்கு அடிப்படைக் கட்டமைப்பு வசதிகளைப் பெருக்குவோம், அதையே திட்டமிட்டுச் செயல்படுவதாக நாம் கூறிக் கொண்டிருப்போம். இந்தச் செயல்பாடுகள் அனைத்தும் அறிவியல்பூர்வமாகத் திட்டமிட்ட செயல்பாடுகள் அல்ல. மாறாக, தீப்பிடித்தபோது நாம் எப்படிச் செயல்படுவோமோ அப்படிச் செயல் படுவது போன்றது என்று வல்லுநர்கள் கூறுகின்றனர். தீப்பிடித்த இடத்தில் என்ன திட்டமிடுதல் வேண்டியிருக்கிறது. அந்த இடத்தில் தீயை அணைக்க அனைவரும் செயல்படுவோம். அதுபோலதான் நாம் செயல்பட்டு வருகின்றோம் என்பதை பொதுக் கருத்தாளர்கள் சுட்டிக்காட்டுகின்றனர். தீப்பிடித்த போது அணைப்பது வேறு, தீவிபத்தே ஏற்படாமல் தடுப்பதற்கான முன்னெடுப்புகள் வேறு அல்லவா?

திட்டமிடுதல்

திட்டமிட்ட செயல்பாடுகள் என்பன 50 ஆண்டுகால அளவில் கிராமங்களிலும் நகரங்களிலும் நடைபெற வேண்டிய மாற்றங் களைக் கருத்தில்கொண்டு செயல்படுவதாகும். குறிப்பாக மக்கள்தொகைப் பெருக்கம், அதற்குத் தேவையான அடிப்படை வசதிகள் என்பதைக் கருத்தில் வைத்துச் செயல்படுவது முக்கியம். ஓர் இடம் எவ்வளவு மக்கள்தொகையைத் தாங்கும் சக்தி கொண்டதாக இருக்கிறது, மண்ணின் தன்மை, தண்ணீர் கிடைக்கும் அளவு போன்றவற்றைக் கணக்கில் எடுத்துக்கொண்டு வாழும் மனிதர்கள் உடல்நலத்துடன் சுற்றுச்சூழல் கெட்டுவிடாமல், சூழலைப் பாதுகாத்து வாழத் திட்டமிடுதலாகும். அடுத்து அந்தத் திட்டமிடுதல் என்பது நிபுணர்களின் பங்களிப்பால் மட்டும் நடைபெறும் செயல் அல்ல. அவற்றைத் தாண்டி மக்களின் பங்கேற்போடு நடைபெறும் செயல். நகர நிர்வாகத்திற்கு மக்களின் ஒத்துழைப்பு மிகவும் இன்றியமையாதது.

விதிமுறைகளைப் பின்பற்றுதல்

ஒரு கிராமத்தின் அல்லது நகரத்தின் செயல்பாடுகளில் இருக்கும் ஒழுங்குமுறை என்பது மக்களின் சிந்தனைப் போக்கால் நடை பெறுவது. வீடு கட்டுவது, சாலைகளைப் பயன்படுத்துவது, கழிவுநீர் வெளியேற்றுவது, சாலைகளில் பயணிப்பது, வீதிகளில் வாகனங்களை நிறுத்துவது, கேளிக்கைக் கூடங்கள் அமைப்பது என எதுவாக இருந்தாலும் ஒவ்வொன்றும் அமைக்கப்பட வேண்டிய இடங்களில் மட்டுமே முறைப்படி அமைக்கப்படும். அனைத்தும் அந்தக் கிராம மற்றும் நகர இயங்குவிதிகளுக்கு உட்பட்டு மக்கள் நடந்துகொள்வார்கள். விதிகள் மீறப்படாமல் பார்த்துக்கொள்வர். பொது இட ஆக்கிரமிப்புகளுக்கு அங்கு இடமே இல்லை.

அதேபோல் விதிகளைப் பின்பற்றி நடக்கும் ஒரு கலாச்சாரத்தை உருவாக்கி வாழ்வார்கள். அனைத்து நிறுவனங்களும் அமைப்பு களும் மக்கள் உபயோகத்திற்காக உருவாக்கப்படும்போது விஞ்ஞானபூர்வமாக வடிவமைக்கப்பட வேண்டும். அங்குப் பயன்பாட்டிற்கான வழிமுறைகள் மற்றும் விதிமுறைகள் உருவாக்கப்பட வேண்டும். மக்களுக்கு அவை பற்றிய புரிதலை ஏற்படுத்தி அதன்படி செயல்பட வைக்க வேண்டும். அப்போதுதான்

கிராமங்களையும் நகரங்களையும் வாழ்வதற்கு உகந்ததாக உருவாக்க முடியும். ஆனால், நாம் விதிகளை மீறுவதையே பண்பாடாக ஆக்கி வாழ்ந்து வருகிறோம் என்பதுதான் பெரும் சாபக்கேடு.

நம் நாட்டில் அரசும் சரி, மக்களும் சரி எந்த விதிமுறைகளுக்கும் உட்பட்டுச் செயல்படுவது கிடையாது. எப்படி வேண்டுமானாலும் நடந்துகொள்வேன் என்று அரசு நினைக்கிறது. அதனால்தான், அரசாங்கம் பள்ளிக்குப் பக்கத்திலும் கோவிலுக்கு அருகிலும் மதுக்கடையைத் திறக்கிறது. அதை எதிர்த்து மக்கள் போராடு கின்றனர். அதேபோலப் பொதுமக்களும் நான், எனது நன்மை கருதி செயல்பட எனக்கு உரிமை இருக்கிறது என்று சமூகப் பொறுப்பு இல்லாமல், தாங்கள் வசிக்கின்ற இடங்களில் மட்டுமல்ல, செயல்படும் இடங்களிலெல்லாம் குப்பை கொட்டுகின்றனர். குப்பை கொட்டுவதைத் தங்கள் உரிமையாக நினைத்துச் செயல் படுகின்றனர். அதை எப்படி மேலாண்மை செய்வது, அதில் என்ன சிக்கல் இருக்கிறது என்பதைப் பற்றி எந்தக் கவலையும் இல்லாமல் செயல்படுகின்றனர். அத்துடன் தாங்கள் கொட்டுகிற குப்பையை முறைப்படுத்தியாவது கொட்டுகின்றார்களா என்றால், அதுவும் கிடையாது. இதுபோன்று பல்வேறு செயல்பாடுகளில் பொதுமக்கள் பொறுப்பற்றுச் செயல்படுகின்றனர்.

குப்பை அள்ள வருகின்ற தூய்மைப் பணியாளர்கள், குப்பை அள்ளும்போது படுகின்ற சிரமங்களைப் பற்றி எந்தச் சிந்தனையும் அற்று மக்கள் செயல்படுகின்றனர். நம் கிராமங்களில், நகரங்களில் படித்தவர்கள், படிக்காதவர்கள் என்ற பாகுபாடின்றி இப்படிச் செயல்படுகின்றனர். தூய்மைப் பணியாளர்களின் செயல்பாடு களுக்கு உறுதுணையாக நடந்து அவர்களின் செயல்பாட்டைச் செம்மையுடன் செய்ய உறுதுணையாக நடந்துகொள்வதில்லை நம் குடிமக்கள். காரணம், அதற்கான புரிதல் இல்லை. இந்தப் பணிகளில் ஈடுபட்டு, செயல்படும் மனிதர்களின் வாழ்வு பற்றிச் சிந்திப்பது உண்டா என்று சற்று யோசித்தால், அதுகுறித்த எந்தப் பார்வையும் மக்களுக்கு இல்லை என்பது புலப்படும்.

பொதுமக்களின் புரிதல், விழிப்புணர்வு, ஒத்துழைப்பு இல்லாமல் எந்த ஒரு கிராமத்தையோ நகரத்தையோ தூய்மையாக வைத்துக் கொள்ள முடியாது. எந்தக் கிராமத்தில் எந்த நகரத்தில் பொதுநலம்

சார்ந்து சிந்தித்துச் செயல்படும் மக்கள் அதிகமாக வாழ்கிறார்களோ அந்த இடங்களில் மட்டும்தான் தூய்மையைப் பார்க்க முடியும். அத்துடன் வசிப்பிடத்தில் எல்லா வசதிகளும் பெற்று அவை முறையாகப் பராமரிக்கப்பட்டு மக்களால் பயன்படுத்த முடியும். இதற்கு மக்களைப் பொறுப்புமிக்கக் கிராமவாசிகளாக, நகரவாசிகளாகத் தயார் செய்வது இன்றியமையாத பணியாகும்.

மக்களின் விழிப்புணர்வு

ஒரு கிராமவாசியாக ஒரு நகரவாசியாக வாழ என்னென்ன செயல் ஒழுக்கங்கள் தேவையோ அவை அனைத்தையும் மக்களுக்குத் தெரிவித்துப் புரியவைக்க வேண்டும். அப்படிப்பட்ட விழிப்புணர்வை நாம் மக்களிடம் இன்றுவரை ஏற்படுத்தவில்லை. இந்தப் பணியைத்தான் கிராம நிர்மாணப் பணியாகக் காந்தி மகான் கிராமங்களில் செய்ய வேண்டும் எனத் திட்டம் தீட்டினார். கல்வி என்பதைக் குழந்தைகளுக்கானதாக மட்டும் இல்லாமல் மக்களுக்கான வாழ்வியல் கல்வியாக வாழ்நாள் முழுவதும் தர எண்ணினார். அப்படி நாம் செய்திருந்தால் இந்திய கிராமங்களும் நகரங்களும் தூய்மையானதாகவும், வாழ்விடத்திற்கான எல்லா வசதிகளுடனும் மக்கள் முன்னெடுப்பில் சிறந்து விளங்கி இருக்கும்.

மக்கள் கல்வியின் தேவை

அப்படிப்பட்ட கல்வியை மக்களுக்குக் கொடுக்காததன் விளைவு தான் இன்று நாம் பார்க்கும் குப்பைக் கிராமங்களும் சாக்கடை நகரங்களும். தூய்மை கிராமங்களையும், தூய்மை நகரங்களையும் மக்கள் ஒத்துழைப்பின் மூலம்தான் உருவாக்க முடியும்.

மக்களுடைய சிந்தனை மாற்றம், மக்களின் நடத்தையில் மாற்றம், செயல்பாட்டு மாற்றங்கள் அனைத்தும்தான் கிராமத்தையும் நகரத்தையும் தூய்மைப்படுத்தும்; அழகுபடுத்தும். இதற்கு இன்று தேவைப்படுவது ஒரு மாபெரும் மக்கள் இயக்கம். அந்த இயக்கம் நம்முடைய கட்சி அரசியலைத் தாண்டி ஒரு மேம்பாட்டுக்கான அரசியலாகும். உள்ளாட்சியில் மக்கள் பிரதிநிதிகளாக வந்தவர்கள் கட்சிகளைத் தாண்டி மக்கள் மேம்பாட்டை முன்னிருத்திச் செயல்படுவார்களேயானால் மிகப் பெரிய சிந்தனை மாற்றத்தை மக்களிடம் கொண்டுவர முடியும்.

இதற்குக் கிராமம் மற்றும் நகரப் புனரமைப்புப் பணிகளில் பொதுமக்களை ஈடுபடுத்த வேண்டும். அந்த நகரத்தைச் சுத்தம் செய்வது, சுத்தமாக வைத்துக்கொள்ள மக்களிடம் விழிப்புணர்வு ஏற்படுத்துவது, புதிய தொழில் நுட்பம் கொண்டு குப்பைகளை மேலாண்மை செய்வது, ஆரோக்கியமான வாழ்க்கை பற்றி மக்களிடம் விழிப்புணர்வு ஏற்படுத்துவது, குழந்தை வளர்ப்பின் முக்கியத்துவம் மற்றும் குழந்தைகளின் உடல்நலன், குழந்தைகளின் கல்வி, மக்கள் பயன்படுத்தும் தண்ணீர் பற்றிய விழிப்புணர்வு மற்றும் அறிவு, சத்துணவு, பெண்களின் உடல்நலம், தாய்சேய் நலன், உடற்கல்வி, வாழ்வியல் கல்வி போன்றவை அனைத்தும் எல்லாத் தரப்பு மக்களுக்கும் கிடைக்கச்செய்ய முயல வேண்டும்.

மக்கள் மன்றங்கள்

இந்த விழிப்புணர்வை மக்களிடம் எப்படி உருவாக்குவது என்ற கேள்வி எழும். கிராமங்களில் கிராமசபை ஆண்டுக்கு ஆறு முறை கூடுகிறது. ஆறு முறையும் மக்கள் கல்வி என்பதை ஒரு விவாதப் பொருளாக மாற்றி ஒரு நிபுணரை அழைத்து மக்களிடம் உரையாற்றி விழிப்புணர்வை ஏற்படுத்தலாம். இதேபோல் நகரங்களில் வார்டுசபைகள் மூலம் விழிப்புணர்வை ஏற்படுத்தலாம். இதைச் செய்வதற்கு மத்திய அரசால் ஒரு திட்டத்தின் மூலம் உயர்கல்வி நிறுவனங்களுக்கு உத்தரவு இடப்பட்டுள்ளது. எனவே அந்தத் திட்டத்தைப் பயன்படுத்தி இந்தப் பணிகளைச் செய்ய வேண்டும். அடுத்து இதே திட்டத்தைப் பயன்படுத்தி அருகிலுள்ள மருத்துவக் கல்லூரிகளிலிருந்து மருத்துவர்களை அழைத்து வந்து ஒரு மருத்துவ முகாம் ஏற்பாடு செய்து அந்தப் பகுதியில் எத்தனை குழந்தை ஊட்டச்சத்து இல்லாமல் பாதிக்கப்பட்டுள்ளனர், எத்தனை வளரிளம் பெண்கள், குழந்தை பெற்ற தாய்மார்கள் இரத்தசோகையால் பாதிக்கப் பட்டுள்ளனர் என்று கணக்கெடுத்து, பாதிக்கப்பட்டவர்களுக்கு அரசுத் திட்டங்களின் மூலம் அந்தக் குறைகளை நீக்க நடவடிக்கை எடுக்க வேண்டும்.

இதேபோல நகர்ப் பகுதிகளிலும் மக்களைத் தயார் செய்யும் பணி வார்டுசபை அல்லது பகுதிசபை மூலமாக நடைபெற வேண்டும். மேம்பாட்டுச் செயல்பாடுகளில் மக்களை

ஈடுபடுத்துவதற்குத் தேவையான புதிய வாய்ப்பு இந்தப் புதிய மக்கள் சபைகள் மூலம் உருவாக்கப்பட்டுள்ளது. இந்தப் புரிதல் நம் நகர்ப்புற உள்ளாட்சிப் பிரதிநிதி களுக்குத் தெரிந்திருக்க வேண்டும்.

அடிப்படை மாற்றங்களுக்கான பணி

ஒரு சிக்கலான காலக்கட்டத்தில், இதுவரை மத்திய, மாநில அரசுகளால் செய்ய இயலாத காரியங்களைப் புதிய உள்ளாட்சிகள் செய்யவேண்டும். அத்துடன் மக்களின் புரிதலோடு மக்களை மேம்பாட்டுச் செயல்பாடுகளுக்குத் தயார் செய்து பணிகள் செய்யவேண்டும். அரசு அனைத்தையும் நமக்காகச் செய்துவிடும் என்று எண்ணி பொதுமக்கள் செயல்படுகின்றனர். இந்தப் புதிய வாய்ப்பைப் பயன்படுத்தும் திறன் நம் மக்கள் பிரதிநிதிகளிடம் வளர்த்தெடுக்கப்பட வேண்டும். ஒரு கிராமத்தையோ, நகரத்தையோ, மாநகரத்தையோ மக்கள் ஆரோக்கியமாக, மகிழ்ச்சியாக வாழ்வதற்கு உகந்த இடமாக மாற்றவேண்டும். அதற்குத் தேவையான அடிப்படை வசதிகளைச் செய்து கொடுத்து, அந்த வசதிகளை முறைப்படி பயன்படுத்துவது பற்றி மக்களிடம் ஒரு புரிதலை ஏற்படுத்தி அவர்களின் ஒத்துழைப்போடு உள்ளாட்சியைச் செயல்பட வைப்பதுதான் இன்றைய புதிய உள்ளாட்சியின் அடிப்படை நோக்கம்.

ஒன்றிய, மாநில அரசுத் திட்டங்களை மக்களுக்கு முறையாகக் கொண்டு சேர்ப்பதும் மிகவும் முக்கியமான பணிதான். மக்கள் தேவைகள் அறிந்து திட்டம் தீட்டி உள்ளாட்சிகள் செயல்பட ஆரம்பித்தால் அந்தப் பணி செம்மையடையும். தவிர, ஒன்றிய, மாநில அரசுகளின் திட்டங்கள் மக்களின் தேவைகளுக்குப் பொருத்தமாகவும் அமைந்துவிடும். எனவே கிராமமானாலும், நகரமானாலும் பொதுமக்களைப் பொறுப்புமிக்கவர்களாக மாற்றி, உள்ளாட்சியின் ஆளுகைச் சட்டதிட்டங்களுக்கு உட்பட்டுச் செயல்படச் செய்துவிட்டால், உள்ளாட்சிகள் தன்னாட்சி பெற்றவைகளாக மாறிவிடும். மக்களும் பொறுப்புணர்ந்து செயல் படத் தயாராகிவிடுவார்கள். எனவே உள்ளாட்சி அமைப்பு களுக்கு மக்கள் தயாரிப்புப் பணிதான் மிகவும் முக்கியமானது.

3
இந்தத் தேக்க நிலை ஏன்?

நடந்து முடிந்த நகர்ப்புற உள்ளாட்சித் தேர்தலில் வாக்குப் பதிவு குறைவு. அதிலும் மாநகராட்சிகளில்தான் மிகவும் குறைவு. இவற்றையெல்லாம்விடத் தலைநகரம் சென்னையில்தான் மிகக் குறைவு என்பதைக் காணும்போது, மக்களாட்சி நடைபெறும் நாட்டில் உள்ளாட்சியின் மீதும் மக்களாட்சியின் மீதும் மக்களின் நம்பிக்கை குறைகிறது என்றுதான் அர்த்தம். நம் மக்களாட்சிக்கு இருக்கும் பலமே தேர்தல்தான். இந்தத் தேர்தலைத் தேர்தல் ஆணையம் நடத்தும் விதத்திலும் மக்கள் தேர்தலை அணுகும் முறையிலும்தான் மக்களாட்சியின் மாண்பு பிரதிபலிக்கும். அதுமட்டுமல்ல, மக்களாட்சியின் பல அடிப்படைக் கூறுகள் நம் சமூகத்தில் இல்லை என்ற போதும், சுதந்திரம் பெற்ற காலத்திலிருந்து இன்றுவரை (அவசரநிலைக் காலம் நீங்கலாக) தேர்தல் ஜனநாயகம் மட்டும் தங்கு தடையின்றி நடைபெறுவதைத்தான் இந்திய ஜனநாயகத்தின் சிறப்பு என்று வல்லுநர்கள் கூறுகின்றனர்.

புதிய வாய்ப்பு
பொதுவாக உள்ளாட்சித் தேர்தல் என்றால் கோட்பாட்டு ரீதியாகச் சட்டமன்றத் தேர்தலிலும் நாடாளுமன்ற தேர்தலிலும் நடைபெறும் வாக்குப் பதிவைவிட அதிகம் இருக்க வேண்டும். காரணம், உள்ளாட்சி என்பது மக்களுக்கு அருகில் இருந்து, கடப்பாடுடன் மக்கள் தேவையறிந்து, மக்களை மதித்துச் சேவை செய்யும் அமைப்பு. இது அனைத்துத் தரப்பு மக்களின் நம்பிக்கையைப் பெற்று ஒட்டுமொத்த ஆளுகைக்கும் மக்களாட்சிக்கும் வலு சேர்க்கும் ஓர் அமைப்பாக உருவாக்கப்பட்டுள்ளது. ஆனால் இதன்

மகத்துவத்தை மக்கள் பிரதிநிதிகளாக வருபவர்கள் புரிந்துகொண்டு செயல்படுகிறார்களா என்பதுதான் இன்றைய கேள்வி.

மக்களாட்சியின் பலவீனம்

பொதுவாகவே எந்தத் தேர்தலானாலும் வாக்குச் சதவீதம் ஒருநிலைக்குக் கீழ் குறைவது மக்களாட்சியைப் பலவீனப்படுத்தும் காரணி என்பதுதான் கோட்பாட்டாளர்கள் கூறும் கருத்து. தற்போது நடைபெற்ற நகர்ப்புற உள்ளாட்சித் தேர்தலில் வாக்குச் சதவீதம் குறைந்திருப்பது, நம் மக்களாட்சி ஏதோ ஒரு பகுதியில் பலவீனம் அடைந்துள்ளது என்பதைத்தான் காட்டுகிறது. மாநகராட்சிகளில் தான் இந்த வாக்குப் பதிவு சதவீதம் மிகவும் குறைந்துள்ளது. தமிழகத்தில் இந்த நிலை தொடர்ந்து நகர்ப்புற உள்ளாட்சிகளில் காணப்பட்டு வந்தாலும் இந்தத் தேர்தலில் நாம் பார்த்தது வியப்பளிக்கும் மாற்றங்கள். ஒரு கோணத்தில் கொரோனா பெருந்தொற்று ஒரு காரணியாக இருந்தாலும், அது மட்டுமே வாக்காளர்களை வரவிடாமல் தடுத்த காரணி என்று நாம் கருத முடியாது. ஏனென்றால் உணவு விடுதிகளில், கோயில்களில், தேவாலயங்களில், வணிக வளாகங்களில் கூட்டம் குறையவில்லை. எனவே பெருந்தொற்றால் வாக்குப் பதிவு குறைவு என்பதை நாம் ஏற்க இயலாது.

மக்களின் அதிருப்தி

ஒரு காலத்தில் மாநகராட்சித் தேர்தல்களில் கலவரம் வெடிக்கும் சூழலைப் பார்த்து இருக்கிறோம். ஆனால், இந்தத் தேர்தல் அமைதியாவே நடந்தேறியது. இருந்தபோதும் சென்னையில் மட்டும் வாக்குப்பதிவு சதவீதம் மிகவும் குறைவு. இந்தக் குறைந்த அளவிலான வாக்குப் பதிவிற்கு முக்கியக் காரணத்தைக் கண்டறிய வேண்டும். நகரத்தில் நகரமன்ற கவுன்சிலர்கள் மேல் பெரும் அதிருப்தி இருப்பதைச் சமூக வலைத்தளங்களில் வரக்கூடிய பதிவுகளைப் பார்த்து அறிந்துகொள்ளலாம். ஒரு சட்டமன்ற உறுப்பினரைப் பார்த்து மக்கள் அச்சம் கொள்வதில்லை. ஒரு நாடாளு மன்ற உறுப்பினரைப் பார்த்து அச்சம் கொள்வதில்லை, ஆனால், ஒரு மாநகராட்சி கவுன்சிலரைப் பார்த்தால் மக்கள் அச்சம் கொள் கின்றனர் என்பதுதான் யதார்த்தம். மக்களின் அன்றாடத் தேவைகளை

நிறைவேற்றுபவரும் அவரே, மக்களின் அன்றாடச் செயல்பாடு களில் தலையிடுபவரும் அவரே. சேவை மிஞ்சுகின்றதா, குறுக்கீடு மிஞ்சுகிறதா என்பதுதான் இன்றைய முதன்மையான கேள்வி.

சுயநல அரசியல்

கடந்த காலங்களில் அப்படி உறுப்பினராக இருந்தவர்களின் பணி என்பது பெரும்பாலும் சேவையாக இல்லாமல், மக்களுக்கு இடையூறு செய்வதாகவே இருந்துள்ளது என்று பலர் குற்றம் சாட்டுகிறார்கள். அதுமட்டுமல்ல, அவர்கள் எப்படிப் பொருளாதார ரீதியாக அசுரத்தனமாக வளர்ந்தார்கள் என்பதையும் மக்கள் பார்த்து வருகின்றனர். அந்த அடிப்படையில்தான் மக்கள் தேர்தலில் ஆர்வம் காட்டவில்லை என்றும் கூறுகின்றனர். இருந்தபோதும் தேர்தலில் பிரமிக்க வைக்கும் அளவுக்கு வேட்பாளர்கள் செலவு செய்தனர். இந்தப் பணநாயகத்தைக் கவனித்து ஆய்வு செய்ய வேண்டும். நகர்ப்புற உள்ளாட்சியில் மக்களுக்குக் கிடைக்க வேண்டிய சேவை மன்ற உறுப்பினர்களின் தலையீட்டால், தரமாகக் குறித்த காலத்தில் கிடைக்கிறது என்றால், மக்கள் உள்ளாட்சியை வரவேற்கத்தானே செய்வார்கள். அதுமட்டுமல்ல வேட்பாளர்கள் மக்களுடன் உயிரோட்டமான தொடர்பில் இருந்திருப்பார்களேயானால், உள்ளாட்சியில் மக்களை வாக்களிக்கச் சமூக ஆர்வலர்கள் தயார் செய்துவிடுவார்கள். அந்த நிலை இல்லை என்பதுதான் இன்று நாம் பார்க்கும் கசப்பான நிதர்சனம்.

மக்களும் காரணம்

இதற்கு யார் காரணம்? நாம் உடனே அரசைக் காரணம் காட்டி விடலாம். அல்லது தேர்தல் ஆணையத்தைக் காரணம் காட்டி விடலாம், இல்லையெனில் அரசியல் கட்சிகளைக் காரணம் காட்டிவிடலாம். மக்களாட்சியில் நடைபெறும் அலங்கோலங் களுக்கு மேலே கூறப்பட்டவை மட்டுமே காரணிகள் அல்ல. மக்களாகிய நாமும்தான் காரணம் என்பதை எவரும் மறுக்க இயலாது. பொதுமக்களாகிய நாம் குடிமக்களாக ஒருங்கிணைந்து செயல்பட ஆரம்பித்தால் ஏன் மாற்றம் நிகழாது? சென்னையில் மிகப் பெரிய அறிஞர்கள், ஓய்வுபெற்ற குடிமைப் பணி அதிகாரிகள், ஓய்வு பெற்ற துணைவேந்தர்கள், ஓய்வுபெற்ற பேராசிரியர்கள்,

எழுத்தாளர்கள், ஓய்வுபெற்ற நீதிபதிகள், விஞ்ஞானிகள் என ஆற்றல்படைத்த அறிவுடையோர் பெருங்கூட்டம் உள்ளது. இவர்கள் ஒருங்கிணைந்து ஒரு கருத்தை வெளியிட்டாலே அது மிகப் பெரிய தாக்கத்தை ஏற்படுத்தும். அதுபோன்று எதுவும் நடக்கவில்லை என்பதுதான் நாம் எதிர்கொள்ளும் சோகம். மக்களுக்காக மக்களாட்சியை வலுப்படுத்த ஏன் குரல் கொடுக்கக் கூடாது? கிராமமாகவோ நகரமாகவோ நல்லவர்கள் ஒன்றுகூட வேண்டும். கூடிப் பேச வேண்டும். அத்துடன் செயல்படவும் வேண்டும். அப்படிச் செயல்படவில்லையெனில், நல்லவர்கள் சிரமத்தையே அனுபவிக்க வேண்டும்.

செயலிழந்த நடுத்தர வர்க்கம்

பொதுவாக நடுத்தர வர்க்கம்தான் மாற்றத்திற்குப் பணி செய்யும். ஆனால் தற்போது நடுத்தர வர்க்கம் அது செய்ய வேண்டிய பணிகளைச் செய்யத் தவறுகிறது. இதை நாம் கண்கூடாகப் பார்க்கிறோம். குறைந்தளவு குடியிருப்போர் நலச் சங்கம் என ஆரம்பித்து, ஒவ்வொரு தெருவிலும் செயல்பட ஆரம்பித்தால்கூட இந்தச் சூழல் மாறும். முதலில் மற்றவர்களைக் குறை சொல்வதற்கு முன் நாம் குடிமக்களாகச் செய்ய வேண்டிய பணிகளை, கடமைகளை நிறைவேற்றினோமோ என்று நாம் ஒவ்வொருவரும் கேட்க வேண்டும். நாம் பொறுப்புடன் நடந்து கொள்ளவில்லை என்பதைத்தான் இந்தச் சூழல் நமக்கு எடுத்துக் காட்டுகின்றது. நாம் பொறுப்புள்ள குடிமக்களாகச் செயல்பட்டிருந்தால், நமது வாக்குகளைச் சந்தைப்படுத்தி, விலைகூறி இருப்போமா, அனுமதித்திருப்போமா?

இந்தச் சூழலை அனுமதிப்பது மக்களாட்சியை மங்கச் செய்வதாகும். இந்தச் சூழலை சரிசெய்ய வேண்டியது காலத்தின் கட்டாயம். இந்தச் சூழலை மாற்ற அரசியல் கட்சிகள், மாநில அரசாங்கம் குடியிருப்போர் சங்கங்களுடன் ஒருங்கிணைந்து செயல்பட முனைய வேண்டும். நகரங்களில் மக்கள் நிறுவனங்கள் மிகக் குறைவு. அடுக்குமாடிக் கட்டடங்களில் வசிப்போர், தங்கள் அமைப்பாக இந்த உள்ளாட்சி அமைப்புகளைக் கருதுவது இல்லை. உள்ளாட்சிச் சேவைகளைத் குடியிருப்போர் நிர்வாக அமைப்பே செய்து கொடுத்து நிதியைப் பெற்றுக்கொள்கிறது.

இந்த அமைப்புகள் உயிரோட்டமான உள்ளாட்சித் தொடர்பில் இருப்பதில்லை.

மக்களாட்சியின் நாற்றங்கால்

பொதுவான கருத்து உள்ளாட்சி என்பது மக்களாட்சியின் நாற்றங்கால். மக்களாட்சி பழகுவது உள்ளாட்சியில்தான். மக்களுடன் சமத்துவமாகச் செயல்பட்டுச் சமத்துவம் பழகுவது, சேவை செய்து மக்களுடன் உணர்வுபூர்வமான தொடர்பை ஏற்படுத்துவது, மக்களுக்குக் கடமைப்பட்டவராகச் செயல்பட்டு, மக்களின் நம்பிக்கையைப் பெறுவது, இப்படிச் செயல்பட்டு அரசின்மேல் நம்பிக்கையை வளர்ப்பது உள்ளாட்சியின் பெரும் கடமைகள். இந்தப் புரிதலை உள்ளாட்சிப் பிரதிநிதிகளாக வர நினைப்போரிடம் கொண்டுசெல்லவில்லை என்பதுதான், நம் நகர்ப்புற உள்ளாட்சி மன்றத் தலைவர்களின் செயல்பாடுகள் மூலம் நாம் அறிந்துகொண்டவை. தமிழகம் இன்று 50% நகர்மயமாகிவிட்டது. எனவே நகர்ப்புற உள்ளாட்சிகளை முறையுடன் செயல்பட வைக்கவில்லை என்றால் அது மாநில அரசையும் பாதிக்கும் என்பதை மாநில அரசு கவனத்தில் கொண்டு செயல்பட வேண்டும். உள்ளாட்சி அமைப்புகளின் நெறியற்ற செயல்பாடுகளும் தரமற்ற சேவைகளும் ஒரு மாநில அரசுக்கு அவப்பெயரை ஏற்படுத்திவிடும்.

மீட்டெடுக்க வேண்டும்

இந்தச் சூழலை மாற்ற பொதுச் சிந்தனையாளர்கள் கட்சிகளுக்கு அப்பாற்பட்டு அச்சமின்றிக் கருத்துகளைக் கூறவேண்டும். சமூகமும் அரசியலும் தரம் தாழ்ந்து போவதற்குக் காரணம், நல்லவர்கள் நடுநிலையோடு அச்சமின்றிக் கருத்துகள் கூறாமல் மௌனம் காப்பதுதான். எனவே தமிழக அரசு, தமிழகத் தேர்தல் ஆணையம் இந்தச் சூழலின் சீரிய விளைவுகளை அறிந்து பொறுப்புடன் நடந்து மாற்றங்களைக் கொண்டுவர வேண்டும். இந்த உள்ளாட்சிச் செயல்பாடுகளால் வரும் தாக்கம் இன்றைய அரசையும் பாதிக்கும் என்ற உண்மையறிந்து செயல்பட வேண்டும். இதில் ஊடகங்களுக்கும் மிகப் பெரிய பங்கு இருக்கின்றது. எனவே அரசு, அரசியல் கட்சிகள், பொதுக் கருத்தாளர்கள், அறிவுஜீவிகள்,

தன்னார்வலர்கள், ஊடகங்கள், நடுத்தர வர்க்கம், தேர்தல் ஆணையம் ஆகியோர் இணைந்து ஓர் இயக்கம் போல் செயல்பட்டு நகர்ப்புற உள்ளாட்சியை ஊழலிலிருந்து மீட்டுச் செயல்பட வைத்து, அதன்மீது மக்களுக்கு நம்பிக்கை உண்டாகும் நிலையை உருவாக்க வேண்டும்.

பொதுவாக நம் நாட்டில் தேர்தல் முடிந்து வெற்றிபெற்றுப் பதவிக்கு வந்துவிட்டால், நம் மக்கள் பிரதிநிதிகள் அந்தப் பதவி தரும் சுகத்தில் தோய்ந்து, அனைத்தும் தனக்குத் தெரிந்ததாக நடிக்கக் கற்றுக்கொண்டுவிட்டனர். தான் அடைந்த பதவியை எப்படிக் கையாள வேண்டும் என்று புரிந்து செயல்படாத எவரும் வெற்றிபெற முடியாது. நம் பிரதிநிதிகளைத் தலைவர்கள் என்று அனைவரும் அழைப்பார்கள். ஆனால் தலைவர் என்றால் யார், அவருக்கான பண்புகள் எவை, அவருக்கான திறன் என்ன என்பதைப் பற்றிப் புரிந்துகொண்டு யாரும் அந்தச் சொல்லைப் பயன்படுத்துவது கிடையாது.

பொதுவாகப் புதிதாகப் பதவிக்கு வந்தவருக்கு மிகவும் முக்கிய மாகத் தலைமைத்துவப் பயிற்சி ஒன்றை வடிவமைத்து, நடத்தி அவர்களின் சிந்தனைப் போக்கையும் செயல்பாட்டின் தன்மை யையும் மாற்ற முயல வேண்டும். மக்களால் தேர்ந்தெடுக்கப்பட்ட பிரதிநிதிகளுக்கு ஒரு சிறப்பான பயிற்சியைத் தருவதற்கு ஏற்பாடுகள் செய்ய வேண்டும். இவைதான் நகர்ப்புற உள்ளாட்சியைச் சிறப்புடன் செயல்பட வைக்க இன்றைய தேவை.

4

என்ன செய்ய வேண்டும்?

தமிழகத்தில் நகர்ப்புற உள்ளாட்சிகளுக்கான தேர்தல் ஒருவாறாக நடந்து முடிந்துவிட்டது. ஒருபுறம் ஓட்டுமொத்த வாக்குச் சதவீதம் குறைவு என்ற விவாதம். இன்னொருபுறம் தேர்தலில் வாக்குகள் சந்தைப்படுத்தப்பட்டன என்ற குற்றச்சாட்டு. இவற்றுக்கு நடுவே தேர்ந்தெடுக்கப்பட்ட உறுப்பினர்கள் தங்களைச் சந்தைப்படுத்திக் கொண்டு வெளிப்படையாகக் கட்சியின் கட்டளைகளை மீறிப் பதவிகளைப் பிடித்தனர். தேர்தலின் போது மக்களாட்சி என்ற பெயரில் நடந்த கூத்துகளைக் கண்டு நாம் வேதனை கொண்டோம். இவற்றை யெல்லாம் கடந்து அல்லது கண்டுகொள்ளாமல், இன்று நகர்ப்புற உள்ளாட்சிகள் உருவாக்கப்பட்டுவிட்டன. ஒரு பக்கத்தில் இந்தப் பணநாயகமாக மாறிய ஜனநாயகத்தைப் பார்த்து விரக்தி. இன்னொரு பக்கத்தில் மிகப் பெரிய எதிர்பார்ப்பு உள்ளாட்சி களிடமிருந்து. மக்களின் எதிர்பார்ப்புக்களை நிறைவேற்ற வேண்டிய கட்டாயமும் கடமையும் மக்களால் தேர்ந்தெடுக்கப் பட்ட பிரதிநிதி களுக்கு இருக்கின்றன என்பதை எவரும் மறுக்க இயலாது.

தேர்தல் நடந்த விதம்

தேர்தலில் வேட்பாளர்கள் என்னென்ன உத்திகளைக் கையாண்டனர், எவ்வளவு தொகை செலவழிக்கப்பட்டது என்பது அனைவரும் அறிந்த ஒன்றுதான். மக்களாட்சியின் நுழைவுவாயில் என்பது தேர்தல்தான். அந்தத் தேர்தல் நடத்தப்பட்ட விதமும், நடந்த விதமும், பொதுமக்களாகிய நாம் எப்படிப் பங்கெடுத்தோம் என்பது நாடறிந்த ஓர் உண்மை. மக்களாட்சியைச் சீர்குலைக்க நாமே ஒன்றுகூடி செயல்பட்டோம் என்பதை யாரும் மறுக்க முடியாது.

எங்கோ ஆரம்பித்த பெருந்தொற்று உலகம் முழுவதும் பரவியது போல இன்று மக்களாட்சிக்கு எதிரான இந்தக் கொடிய செயல் உள்ளாட்சிவரை பரவிவிட்டது. அரசமைப்புச் சட்டத்திற்காக நம் வேட்பாளர்கள் செய்த தேர்தல் செலவு குறித்த புள்ளி விவரங்கள், அவர்கள் செய்த செலவுக் கணக்குக்கு முற்றிலும் முரணானவை. முரண்பட்ட வாழ்வை வாழப் பழகியதால் நாம் செய்யும் மக்களாட்சி விரோதச் செயல்கள் நமக்கே தவறு என்று புலப்பட வில்லை.

நம் அரசியல் நகர்வு

நம் சொல்லுக்கும் செயலுக்கும் எந்தச் சம்பந்தமும் இல்லை என்பதைத் தனிமனித வாழ்விலும், சமூகப் பொருளாதார வாழ்விலும் தொடர்ந்து நிரூபித்து வருகிறோம். இருந்தபோதிலும் மக்கள் பிரதிநிதிகள் செய்ய வேண்டிய பணிகளைச் செய்யாமல் இருக்க முடியாது. ஏனென்றால், அடுத்தத் தேர்தலில் வாக்கு களைப் பெற மக்களிடம் செல்ல வேண்டும். மக்களுக்குப் பதில் கூறவேண்டும் என்ற உணர்வுடன் செயல்பட்டாக வேண்டும். இந்தச் சூழலில்தான் நம் அரசியல் நகர்கிறது. அனைவருமே அரசியலில் புலிவாலைப் பிடித்துக்கொண்டு சுற்றிவருகிறோம். இந்தச் சூழலை மேலாண்மை செய்து பணி செய்தாக வேண்டிய கட்டாயத்துக்குத் தேர்ந்தெடுக்கப்பட்ட பிரதிநிதிகள் தள்ளப் பட்டுள்ளனர்.

தமிழக முதல்வர் தூத்துக்குடியில் கூட்டம் ஒன்றில் உரையாற்றும் போது, இது பதவி அல்ல; பொறுப்பென்று நினைத்து நம் உள்ளாட்சித் தலைவர்கள் கடினமாக உழைத்து மக்களுக்குச் சேவை செய்ய வேண்டும் என்று கூறினார். தவறு செய்யாமல் செயல்படுங்கள்; உங்களை நான் கவனித்து வருவேன் என்றும் அவர் கூறினார். மதிப்புமிக்க வாக்காளர்களில் ஒரு பகுதியினர் வேட்பாளர்கள் தந்த பணத்தையும் பொருள்களையும் ஞாபகத்தில் வைத்து, தேர்ந்தெடுக்கப்பட்ட பிரதிநிதிகளிடம் தங்களது எதிர்பார்ப்பைக் குறைத்துக் கொள்ளப்போவதில்லை. தேர்ந் தெடுக்கப்பட்டுள்ள மக்கள் பிரதிநிதிகளின் தலைக்குமேல் கத்தி தொங்கிக்கொண்டிருக்கிறது என்பதைப் புரிந்துகொண்டு செயல்பட வேண்டும்.

புதிய அணுகுமுறை

தேர்ந்தெடுக்கப்பட்டுள்ள மக்கள் பிரதிநிதிகள் உள்ளாட்சி அமைப்புகளில் முறையான பணிகளைச் செய்யவில்லை என்றால் அது மாநில அரசையும் சேர்த்துப் பாதிக்கும் என்ற புரிதலுடன் செயல்பட வேண்டும். தமிழக அரசு, குறிப்பாக முதல்வர் கூறும் கொள்கை அணுகுமுறை என்பது திராவிட முன்மாதிரி. அது அனைவரையும் உள்ளடக்கிய வளர்ச்சி, மேம்பாடு என்பவைதான். தமிழகம் சமூக மேம்பாட்டில் முன்னோடி மாநிலம் என்று பெயர் எடுத்த மாநிலம். இருந்தபோதும் அரசாங்கத்தின் திட்டங்கள் பல சமூகங்களை எட்டமுடியாமல் விலகி நிற்கின்றன. வளர்ச்சியிலும் மேம்பாட்டிலும் அவர்களைத் தொட்டு உள்வாங்குவதுதான் புதிய அணுகுமுறை. அதை மிகவும் எளிதாகச் செய்யக்கூடிய வல்லமை உள்ளாட்சிக்குத்தான் உண்டு. அதற்காகத்தான் உள்ளாட்சிகள் உருவாக்கப்பட்டுள்ளன. அந்தப் புரிதலுடன் உள்ளாட்சி பிரதிநிதிகள் செயல்பாட்டுக்குத் தயாராக வேண்டும்.

சட்டத்தைப் புரிந்துகொள்ளுதல்

உள்ளாட்சிக்கு வந்துள்ள புதிய மக்கள் பிரதிநிதிகளுக்கு முதல் புரிதல் எதில் வரவேண்டும் என்றால் இன்றைய உள்ளாட்சி என்பது தன்னாட்சி பெற்ற அரசாங்கம் என்பதில். இன்றைய நகர்ப்புற உள்ளாட்சி பழைய சட்டங்களில் இயங்கிவந்தது. அதை மாற்றி 74ஆவது அரசமைப்புத் திருத்தச் சட்டத்தை உள்வாங்கி உருவாக்கப்பட்ட நகர்ப்புறச் சட்டத்தை இன்றைய தமிழக அரசு ஒரு சில மாற்றங்களுடன் கொண்டுவர வேண்டும். சட்டத்தின்படி நிர்வாகத்தைக் கொண்டு செலுத்த வேண்டியது அதிகாரிகளின் கடமையாகும். அதே நேரத்தில் மக்களின் அடிப்படைத் தேவை களைக் கண்டறிந்து அவற்றுக்குத் தீர்வுகாண முயல்வது மக்கள் பிரதிநிதிகளின் கடமையாகும்.

பார்வை வேண்டும்

மக்கள் பிரச்சினைகளை மக்களிடமிருந்து சேகரித்து முடிவு எடுக்கும் நிலைக்குக் கொண்டு செல்வது மக்கள் பிரதிநிதிகளின் தலையாயக் கடமை. சட்டவரையறைகளுக்கு உட்பட்டு, அந்தப் பிரச்சினைகளுக்குத் தீர்வுகாண ஆலோசனை வழங்குவது

அதிகாரிகளின் கடமை, பொறுப்பு. எனவே நம் உள்ளாட்சித் தலைவர்கள் சட்டங்களைப் பற்றி, விதிகளைப் பற்றி, அரசு ஆணைகள் பற்றிப் பயம்கொள்ளத் தேவையில்லை. அதே நேரத்தில் எது பிரச்சினை என்பதைப் புரிந்துகொள்ள மக்கள் பிரதிநிதிகளுக்கு ஒரு பார்வை வேண்டும். எது அடிப்படைப் பிரச்சினை, எது எளிய பிரச்சினை, எவற்றை மாற்றினால் சமூகம் மேம்பாடு அடையும், மக்களின் வாழ்க்கைத் தரம் உயர என்ன செய்ய வேண்டும் என்ற புரிதலுடன் செயல்பட்டாக வேண்டும்.

அடிப்படையைத் தொடுதல்

சென்னை மாநகராட்சியின் புதிய மேயரிடம் உங்களின் செயல் திட்டம் என்னவென்று கேட்டவுடன் அவர் கூறிய பதில் அடிப்படையைப் புரிந்து செயல்படும் தலைமைக்குத் தேவையான பார்வை இருப்பது போல தெரிகிறது. மாநகராட்சிப் பள்ளிகளைச் சீரமைப்பேன், அத்துடன், பொதுமக்கள் மாநகராட்சிப் பள்ளிகளில் தங்களது குழந்தைகளைச் சேர்ப்பதற்கு முயலுவேன் என்று கூறியது, அவர் சமூக அக்கறைகொண்ட தலைவராக விளங்குவார் என்ற நம்பிக்கையைக் கொடுத்தது. ஆரம்பக்கல்வி, பொதுச் சுகாதாரம் பற்றிய ஆழ்ந்த புரிதலுடன் நம் மக்கள் பிரதிநிதிகள் செயல்பட்டால், மனிதவளம் மேம்படுவதையும் வாழ்க்கைத் தரம் உயர்வதையும் நாம் காணலாம். இந்தப் பணிகள் அடித்தட்டு மக்கள் வாழும் இடங்களில் நடைபெற்றால், ஏழை எளிய மக்களிடம் பெரிய அளவில் சமூகப் பொருளாதார மாற்றம் வந்துவிடும். இதற்கு நம் மக்கள் பிரதிநிதிகளிடமும் மக்களிடமும் ஓர் ஆழமான புரிதல் தேவை.

மக்களாட்சிக்குப் போராட்டம்

நாம் மக்களாட்சியைக் கற்றுக்கொண்டு சுதந்திரத்திற்குப் போராடவில்லை. சுதந்திரம் பெற்றுத்தான் மக்களாட்சியை உருவாக்கிச் செயல்பட்டு வருகிறோம். இன்னும் கூறப்போனால், மக்களாட்சிக்காக நாம் எந்தப் போராட்டமும் செய்தது கிடையாது. இந்தச் சூழலில் நம் நகர்ப்புற உள்ளாட்சித் தலைவர்களுக்கு மிகப் பெரும்பணி காத்திருக்கிறது. அவைதாம் சமூகத்தின் அடிப்படை மாற்றத்திற்குத் தேவையானவை.

அடிப்படை மாற்றம்

சத்துணவுக் கூடத்தைச் சீர்செய்வது, பொதுப்பள்ளிக்கூடங்களைச் சீர்திருத்துவது, அவற்றின் தரத்தைக் கூட்டுவது, நகரங்களில் உள்ள பொதுக்கழிப்பறைகளை மேம்படுத்துவது, சத்துணவுக் கூடத்தில் தயாரிக்கும் சத்துணவின் தரத்தை அதிகரிப்பது, பொதுவிநியோகக் கடைகளில் விநியோகிக்கும் அரிசி, கோதுமை, பருப்பு இவற்றின் தரத்தைப் பாதுகாப்பது, ஆரம்ப சுகாதார நிலையம் மற்றும் துணை சுகாதார நிலையம் ஆகியவற்றை மேம்படுத்துவது, தாங்கள் பொறுப்பு ஏற்றிற்கும் வார்டுகள், ஊர்கள் மற்றும் பகுதிகளிலுள்ள குழந்தைகளின் உடல்நலம் எந்த நிலையில் இருக்கிறது என்பதையறிந்து சரிசெய்வது, ஊட்டச்சத்து இல்லாமல் பாதிக்கப்பட்டிருக்கும் குழந்தைகளைக் கண்டறிந்து அதற்குத் தீர்வு காண்பது, அந்தந்தப் பகுதியில் வாழும் வளரிளம் பெண்களில் எத்தனை பேர் இரத்தசோகையால், பாதிக்கப் பட்டிருக்கிறார்கள் என்பதைக் கண்டறிந்து, அவற்றைப் போக்கத் திட்டமிடுவது, தெருக்களைச் சுத்தமாக்கத் தேவையான விழிப்புணர்வை மக்களிடம் ஏற்படுத்துவது போன்றவைதான் அடிப்படை மாற்றத்துக்கான செயல்பாடுகள்.

தங்கள் பகுதியில் புலம்பெயர்ந்த தொழிலாளர்கள் எவ்வளவு பேர் இருக்கின்றனர்? எப்படி இருக்கின்றனர்? அவர்கள் எங்கு வாழ்கின்றனர்? அவர்கள் குழந்தைகள் என்ன செய்கிறார்கள்? அவர்கள் படிக்கின்றார்களா போன்ற தரவுகளைத் திரட்டி அவர்களுக்கு எப்படி உதவலாம் என்று வழிகண்டு அந்தத் தொழிலாளர்களின் வாழ்வும் சிறப்படைய உதவி செய்து, பிற மாநிலங்களுக்கு எடுத்துக்காட்டான மாநிலமாக மாற்ற பணி யாற்றுவதும் முக்கியம்.

தமிழக வளர்ச்சிப் பாதை

தமிழக முதல்வர் தமிழகத்தின் வளர்ச்சிப் பாதையைத் திராவிட வளர்ச்சிப் பாதை என்கிறார். மேலும் அதை எப்படி நடைமுறைப் படுத்த வேண்டும் என்றால் 'வறுமையை முற்றிலும் ஒழித்து, வேலைவாய்ப்பை உருவாக்கி, சுற்றுச்சூழலைப் பாதுகாத்து, சமூகநீதி காத்து அனைவரையும் உள்ளடக்கிய, அனைத்துப் பகுதி யையும் உள்ளடக்கிய சீரான வளர்ச்சியைக் கொண்டுவருவது'

என்றும் அவர் கூறுகிறார். அந்தக் குறிகோளை உள்ளாட்சிகளில் எப்படி நடைமுறைப்படுத்துவது என்று யோசித்துச் செயல்பட வேண்டும்.

சாதனைப் பட்டியல்

ஒரு வார்டு உறுப்பினர் தான் வாழும் பகுதியில் யாரும் பசித்து உணவின்றிப் பட்டினியுடன் படுக்கச் செல்வதில்லை, தன் பகுதியில் பள்ளிக்குச் செல்லாத குழந்தைகள் இல்லை, எந்தக் குழந்தையும் ஊட்டச்சத்து இன்றிப் பாதிக்கப்படவில்லை, குழந்தைகளின் உரிமைகளை நிலைநாட்டவும், பாதுகாப்பை உறுதி செய்யவும் எல்லா நடவடிக்கைகளும் எடுக்கப்பட்டுள்ளன என்று பிரகடனப்படுத்தும் நிலைக்குத் தங்கள் பணியை ஒழுங்கு படுத்திச் செயல்பட வேண்டும். கழிப்பறை இல்லாத வீடு இல்லை; கழிப்பறை இல்லாதவர்களுக்குப் பொதுக் கழிப்பறை கட்டிக்கொடுத்துப் பயன்படுத்த வைத்துவிட்டோம். அனைத்துக் குடும்பங்களுக்கும் தேவையான பாதுகாக்கப்பட்ட குடிநீர் வழங்கப்படுகிறது; எங்கள் பகுதியில் எந்த இடத்திலும் குப்பை இல்லை; எந்த இடமும் திறந்தவெளிக் கழிப்பிடமாக இல்லை; எங்கள் பகுதியிலுள்ள பொதுப்பள்ளியில்தான் பெரும்பாலான மாணவர்கள் படிக்கின்றார்கள்; பொதுப்பள்ளிகளில் தரமான வகுப்பறை, தரமான ஆய்வுக்கூடம், தரமான கழிப்பறை வசதிகள் உள்ளன. அங்குத் தரமான கல்வி வழங்கப்படுகிறது.

எங்கள் பகுதியில் வாழும் பெண்களில் குறிப்பாக, வளர் இளம் ஏழைப் பெண்களில் யாரும் இரத்த சோகையால் பாதிக்கப் பட்டிருக்க வில்லை; எங்கள் பகுதியில் பிறக்கும் குழந்தைகள் நிறைந்த எடையுடன் பிறக்கின்றன; எந்தக் குழந்தையும் ஊட்டச்சத்து இன்றிப் பாதிக்கப்படவில்லை; குழந்தைகளின் உரிமைகளை நிலைநாட்டவும், பாதுகாப்பை உறுதி செய்யவும் எல்லா நடவடிக்கைகளும் எடுக்கப்பட்டுள்ளன என்று பிரகடனப் படுத்தும் நிலைக்குத் தங்கள் பணிகளைச் சிறப்புறச் செய்ய வேண்டும். இவை தான் ஓர் உள்ளாட்சிப் பிரதிநிதியின் சாதனைப் பட்டியலில் இடம்பெறுமேயன்றி, கட்டுமானப் பணிகள் செய்வது மட்டுமே சாதனைப் பணியாகக் கருதப்படாது என்பதை மக்கள் பிரதிநிதிகள் புரிந்து செயல்பட வேண்டும்.

பங்கேற்புச் செயல்பாடு

நகர்ப்புறங்களில் வார்டு சபையைக் கூட்டி மக்களின் குறைகளையும் பிரச்சினைகளையும் அவர்களுடன் விவாதித்துத் தீர்வுகாண வேண்டும். அந்தந்தப் பகுதியிலுள்ள சமூக வளங்களைக் கண்டறிந்து, ஓய்வுபெற்ற அரசு அதிகாரிகள், மருத்துவர்கள், கருத்தாளர்கள், ஆசிரியர்கள் அனைவரையும் அழைத்து அந்தப் பகுதியை எப்படி மேம்படுத்துவது என்று கருத்தைக் கேட்டு செயல்பட முயலவேண்டும். நம் சமூகத்திலுள்ள ஆதிக்க மனோபாவத்தையும், சமத்துவமின்மையையும் மாற்றுவதற்கான தொலைநோக்குப் பார்வையும், சிந்தனையும் நமது மக்கள் பிரதிநிதிகளுக்குத் தேவை. இதற்காக, நம் மக்கள் பிரதிநிதிகள் தங்கள் ஆற்றலை வளர்த்தெடுக்க வேண்டும்; அதுதான் இன்றைய இன்றியமையாத தேவை.

5

மக்களை அதிகாரப்படுத்துவோம்

பொதுவாக அதிகாரப்படுத்துதல் என்றால் அதிகாரங்களைக் கொடுத்தல் என்ற புரிதலைத்தான் நம்மில் பெரும்பாலானவர்கள் பெற்றுள்ளனர். அதிகாரம் யாரும் யாருக்கும் கொடுக்கும் பொருளல்ல. அதிகாரங்களும் உரிமைகளும் வென்றெடுக்கப்பட வேண்டியவை; அதிகாரங்களும் உரிமைகளும் போராடியவர் களைத் தான் வந்து சேரும். இங்குப் போராடுவது என்பது கொடி பிடிப்பது, கூட்டம் சேர்ந்து கோஷமிடுவதல்ல. நம்மை நாம் விவரம் அறிந்தவராக, ஆற்றல்மிக்கவராக, திறன்மிக்கவராக மாற்றிக் கொள்வதும் ஆகச் சிறந்த போராட்டமே. யாரொருவர் தான் யார், தனக்குள் இருக்கும் ஆற்றல் என்ன என்பதைப் புரிந்து, அதை உணர்ந்து, மேலும் வளர்த்துக்கொள்ள முனைகிறாரோ அவர் அதிகாரப்படுத்தப்பட்டுவிடுவார். தன் ஆற்றலை அறிவது தான் அதிகாரப்படுத்துதல் என்பதற்குப் பொருள். அத்தகைய அதிகாரத்தை வென்றெடுப்பதற்கான ஆற்றலை வளர்த்துக்கொள்ள வேண்டும்.

மக்களிடம் அதிகாரங்கள்

அதிகாரங்களை எடுக்கத் தேவையான சக்தியை வளர்த்துக் கொள்ளுதல் மக்களை அதிகாரப்படுத்துதலாகும். இன்றைய சூழலில் நாம் யாராக இருக்கின்றோம் என்று சற்று யோசித்துப் பார்த்தால், நாம் அரசை நம்பி வாழும் அல்லது சார்ந்து வாழும் ஒரு பயனாளியாகவே இருந்து வருகின்றோம். ஒரு குடியாட்சி நடை பெறுகின்ற நாட்டில் பொதுமக்கள் குடிமக்களாக, பொறுப்பு நிறைந்தவர்களாக அதை உணர்ந்தவர்களாகச் செயல்படுவார்கள்.

ஒரு குடியாட்சி நடைபெறும் நாட்டில் குடிமக்களின் செயல்பாடுகள் அதிக அளவில் இருக்க வேண்டும்.

குடிமக்களின் செயல்பாடுகளுக்கு உறுதுணையாக அரசின் செயல்பாடுகளும் இருக்க வேண்டும். நம் பொதுமக்களிடம் பயனாளிச் சிந்தனை குறைந்து, குடிமக்கள் சிந்தனை வளர்ந்து வரும்போது மட்டும் தான் இந்தச் சூழல் உருவாகும். நாம் பயனாளியாகச் சிந்திக்கும் வரையில் அரசு எஜமானராகவே செயல்படும். பொறுப்புமிக்கக் குடிமக்கள் என்ற சிந்தனைக்கு நாம் எப்போது வருகிறோமோ அப்போதே அரசு நமக்குச் சேவகராக மாறிவிடும். நாமும் எஜமானராக மாறிவிடுவோம். அரசாங்கத்தைக் கண்டு அஞ்ச மாட்டோம்.

புதிய சிந்தனை

பயனாளிச் சிந்தனையைத் தொடரும் வரையில் நாம் சுய மரியாதையை இழந்துதான் வாழ வேண்டும் என்ற புரிதல் நமக்கு வேண்டும். அரசு மக்களுக்கு ஆற்ற வேண்டிய சேவைகள் கட்டாயக் கடமைகளாகும். அவை அனைத்தும் மக்களின் உரிமைகள். எனவே உரிமை சார்ந்து சிந்திக்கின்ற சூழலுக்கு மக்கள் வந்துவிட்டால் அரசு தானாகத் தன்னை மாற்றிக் கொள்ளும். நாம் பயனாளியாகக் கருதி சிந்திக்கின்ற வரை நமது பொதுச் செயல் பாடுகள் அனைத்தும் பொறுப்புமிக்கவை என்று கூறிவிட இயலாது. குடிமக்களாக நாம் மாறும்போது, நாம் பொறுப்பு உள்ளவர் களாக மாறி பெரும் பொறுப்புக்களைச் சுமக்கத் தயாராகி விடுவோம்.

உரிமை சார்ந்து செயல்படுதல்

நமது சிந்தனைப் போக்கில் அரசின் பயன் என்பது போய், உரிமையுடன் வாழும் வாழ்க்கை என்ற நிலை ஏற்பட்டுவிடும். உரிமைகளும் கடமைகளும் ஒரு நாணயத்தின் இருபக்கங்கள் போல் ஒன்றுடன் ஒன்று தொடர்புடையது. பயனாளியாக இருப்பது மிக எளிது. பொறுப்புமிக்கக் குடிமக்களாக இருப்பதற்கு நம் சிந்தனையில், நடத்தையில், செயல்பாடுகளில் மிகப் பெரிய மாற்றங்களை நாமே கொண்டுவர வேண்டும். பொதுமக்களைப் பயனாளிகளாக மாற்றுவதற்கு எந்தப் பெருமுயற்சியும் தேவை

இல்லை. ஆனால், பொறுப்புமிக்கக் குடிமக்களாக மாறுவதற்கு மிகப் பெரிய போராட்டத்தை நமக்குள் நாம் நடத்தியாக வேண்டும். உரிமைகள் சார்ந்தும், பொறுப்புக்கள் சார்ந்தும் சிந்திக்க நம் மக்களைத் தயார் செய்யத் தவறுவோமேயானால் பொறுப்பற்ற பயனாளிப் பட்டாளம்தான் நம் நாட்டில் இருக்கும். அரசு மக்களுக்காக எப்போது செயல்படும் என்றால், அரசைப் பற்றிய விழிப்புணர்வுடன் மக்கள் செயல்படும்போது மட்டும் தான் என்பதை 350 ஆண்டுகளுக்குமுன் தாமஸ் பெயின் தன் பொது அறிவு (காமன் சென்ஸ்) என்ற நூலில் கூறியுள்ளார்.

உரிமைகளை வென்றெடுத்தல்

நம் நாட்டின் சுதந்திரத்தை சும்மா பெறவில்லை; போராடிப் பெற்றோம். பெற்ற சுதந்திரத்தைப் பேணிக் காக்க குடிமக்களாக நாம் வளர்ந்திருக்க வேண்டும்; வளர்த்தெடுக்கப்பட்டிருக்க வேண்டும். அப்படி வளர்ந்திருக்கின்றோமா, வளர்த்தெடுக்கப் பட்டிருக்கிறோமா என்ற கேள்விக்கு இல்லை என்பதுதான் பதில். நமக்கு நம்மை வழிநடத்த நம் அரசமைப்புச் சட்டம் இருக்கிறது. அதுமட்டுமல்ல, இன்ன பிற பாதுகாப்புச் சட்டங்களும் உருவாக்கப்பட்டுள்ளன. அத்துடன் மேம்பாடு என்பதை உரிமையாக்கி, பல அடிப்படையான சேவைகள் தரப்பட்டுள்ளன. தரப்பட்ட உரிமைகள் வென்றெடுக்கப்பட்டனவா என்றால் இல்லை. அரசு தந்த கட்டுக்கட்டான உரிமைகள் வென்றெடுக்கப் படாமல், வீதியில் கிடப்பதை நாம் பார்த்து வருகிறோம். அவற்றைப் பொதுமக்களால் வென்றெடுக்க முடியவில்லை. காரணம் உரிமைகளை வென்றெடுக்க வேண்டிய நிலைக்குப் பொதுமக்கள் தங்களைப் பொறுப்புமிக்கக் குடிமக்களாக இன்னும் மாற்றிக்கொள்ளவில்லை. தொடர்ந்து அரசு தரும் பயன்களுக்கு ஏங்கி பொதுமக்கள் நிற்கின்றார்கள். 84% கல்வியறிவு பெற்றிருந்தும், உலகில் விஞ்ஞானம், தொழில்நுட்பம், மனிதவளம், ஆற்றல் ஆகியவற்றில் முதல் நான்கு ஐந்து இடங்களுக்குள் நாம் இருந்தாலும் பொறுப்பற்ற பொதுமக்களைக்கொண்ட நாடாகவே நம் நாடு விளங்குகிறது.

பொறுப்பற்ற பொதுமக்கள் வாழும் நாடு என்றும் உலக அரங்கில் சிறந்து விளங்க முடியாது.

பொறுப்புடன் இயங்குதல்

பொதுமக்கள் பொறுப்பற்று இயங்குவதால் பொதுமக்களுக்காக உருவாக்கப்பட்ட நிறுவனங்கள், அமைப்புக்கள் அனைத்தும் பொறுப்பற்றுச் செயல்படுகின்றன என்பதை நாம் உணர்ந்து கொள்ள வேண்டும். நாம் பெற்ற அறிவு நம் வாழ்வியலை உன்னதமாக மாற்றியமைக்க இயலவில்லை. பொறுப்புமிக்கக் குடிமக்களாகப் பொதுமக்கள் மாறுவதற்கு மிகப் பெரும் முயற்சி அனைவரிடமும் வந்தாக வேண்டும். அப்படித் தங்களை மாற்றிக் கொள்கின்ற போது பொதுமக்களின் பார்வையில், அணுகு முறையில், சிந்தனைப் போக்கில், நடத்தையில் செயல்பாடுகளில் மிகப் பெரிய மாற்றம் வந்துவிடும்.

புதிய சூழல்

இந்தப் புதிய சூழலை உருவாக்க இன்று மக்களுக்கு வந்திருக்கும் வாய்ப்பு புதிய உள்ளாட்சி அரசாங்கம். இந்தப் புதிய அரசாங்கம் இதுவரை ஒன்றிய, மாநில அரசுகளால் தொடப்படாத விளிம்பு நிலை மக்களைத் தொட்டு சேவை செய்வதற்கு உருவாக்கப்பட்டவையாகும். இந்த மாற்றத்தை மக்கள் பங்கேற்போடு செயல்படுத்த வேண்டும். அதன் மூலம் மக்களை பொறுப்புமிக்கக் குடிமக்களாக மாற்றிட வேண்டும். அதற்கான விழிப்புணர்வு, திறன் வளர்ப்பு மக்கள் மத்தியில் நிகழ்த்தப்பட வேண்டும். உள்ளாட்சி அமைப்புகள் அடிப்படைத் தேவைகளைச் சேவை களாகச் செய்வதுடன், மக்களைத் திரட்டி அரசுடன் கைகோர்த்துச் செயல்பட்டு, கிராமிய, நகரிய வாழ்க்கையை வளமாக மாற்றி அமைப்பதுதான். இது புதிய உள்ளாட்சிக்குக் கொடுக்கப்பட்ட சவாலான மிக முக்கியப் பணி. இந்த மக்கள் தயாரிப்பைச் செய்யும் தகுதியை நம் பஞ்சாயத்துத் தலைவர்களும், நகர்மன்றத் தலைவர்களும் வளர்த்துக்கொள்ள வேண்டும். அத்துடன் தங்களுடைய செயல்பாடுகளால், மக்கள் நம்பிக்கையைப் பெற்றவர்களாக விளங்க வேண்டும். மக்களோடு இணைந்து, மக்களை நேசித்து, மக்களை மதித்துச் செயல்படுபவர்களால் மட்டுமே இந்த மாற்றத்தை ஏற்படுத்த முடியும். உள்ளாட்சித் தலைவர்களுக்குச் சமத்துவம் பற்றிய ஆழமான புரிதல் இருந்தால் மட்டுமே, இந்தச் செயல்பாடுகளைச் செய்ய முடியும்.

புரிதலும் செயல்பாடுகளும்

இதற்கான புரிதலை மக்களிடமும் மக்கள் பிரதிநிதிகளிடமும் உருவாக்குவதுதான் இன்று நமக்குத் தேவையான இன்றியமையாத பணி. ஒரு பொது விநியோகக் கடையில் பெருந் தொற்றுக் காலத்தில் தந்த விலை இல்லா அரிசியை வாங்கும் போது ஒவ்வொருவருக்கும் 2 கிலோ குறைத்துத் தந்தார்கள். பலர் வாங்கிச் சென்றனர். ஒருவர் மட்டும் ஏன் எங்களுக்கு இரண்டு கிலோ அரிசி குறைத்துப் போடுகிறீர்கள் என்று கேள்வி கேட்டார். ரேஷன் வாங்கியவர் அப்படி எதிர்த்துக் கேள்வி கேட்டவுடன், அந்தக் கடையில் பணியாற்றியவர், 'கிடைப்பதே ஓசி. இதில் என்ன கேள்வி? கொடுப்பதை வாங்கிக்கொண்டு அமைதியாகச் செல்' என்று இளக்காரமாகப் பதில் கூறி அனுப்பிவிட்டார். உடனே அவர் பஞ்சாயத்துத் தலைவரிடம் சென்று நடந்ததைக் கூறி தீர்வுகாண வேண்டுகின்றார். அந்த ஊர் பஞ்சாயத்துத் தலைவரோ 'அரசாங்கம் உங்களுக்கு விலை இல்லாமல்தானே தருகிறது. நீங்கள் ஏதோ பணம் கொடுத்து வாங்கியதுபோல் கூறுகிறீர்களே...' என்று கூறி அவரும் பிரச்சினைக்குத் தீர்வைத் தரவில்லை.

உடனே அந்த ஊரில் மக்கள் பிரச்சினைக்காகப் போராடும் இளைஞர் ஒருவரிடம் சென்று பொது விநியோகக் கடையில் நடந்ததைக் கூறினார். அத்துடன் அவர் பஞ்சாயத்துத் தலைவரிடம் சென்று முறையிட்டதையும் அவர் கூறிய பதிலையும் கூறினார், அவர் கூறியதைக் கேட்ட இளைஞர் கொதித்துப்போய் உடனே அவருடன் வந்து அந்தப் பொது விநியோகக் கடைக்குச் சென்று விசாரித்தார். அந்தக் கடைக்குச் செல்லுமுன் ஓர் ஊடக நண்பரைத் தொலைபேசியில் தொடர்புகொண்டு வரவழைத்தார். இவர் கடைக்குச் செல்லுமுன் அந்த ஊடக நண்பரும் ரேஷன் கடைக்கு வந்துவிட்டார். அங்குப் பொது விநியோகக் கடை ஊழியரிடம் ஏன் இரண்டு கிலோ குறைவாகப் போடுகிறீர்கள் என்று கூறி விவாதம் செய்தார். அந்த நிகழ்வை ஊடக நண்பர் ஒரு தொலைக் காட்சி வாயிலாக நேரலை செய்து கொண்டிருந்தார். அந்த நிகழ்வைப் பார்த்த மாவட்ட ஆட்சித் தலைவர் அடுத்தப் பத்து நிமிடங்களில் முடிவெடுத்து அந்தப் பொது விநியோகக் கடைப் பணியாளரைப் பணியிடை நீக்கம் செய்து வீட்டுக்கு அனுப்பிவிட்டார்.

இந்தச் செய்தியை அந்த இளைஞர் ஊடகங்களுக்குச் செய்தியாகத் தந்து வெளியிட வைத்தார். அந்த இளைஞர் அங்குக் கூடியிருந்த பொதுமக்களிடம் என்ன கூறினார் என்றால் 'உணவு உங்கள் உரிமை, அந்த உரிமையைப் பாதுகாக்கத்தான் அரசு உணவுத் தானியத்தை விலையில்லாமல் மக்களுக்குத் தருகிறது. அது ஒன்றும் தானம் அல்ல; பிச்சையும் அல்ல; அது நமது உரிமை. அந்த உரிமையைப் பாதுகாக்க ஒவ்வொருவரும் போராடியே ஆக வேண்டும்' என்று கூறினார். அந்த இளைஞருக்கு இருந்த பார்வை, அந்தக் கிராமப் பஞ்சாயத்துத் தலைவருக்கு இல்லை. அந்த இளைஞர் ஒரு பொறுப்புமிக்கக் குடிமகனாகச் சிந்தித்து, பாதிக்கப்பட்டவரைப் போராட வைத்து வெற்றியும் பெற்றார். அந்தப் பஞ்சாயத்துத் தலைவருக்குப் புரியாத ஒன்று அந்த ஊர் இளைஞருக்குப் புரிந்திருக்கிறது.

இன்னொரு ஊரில் தரமற்ற பொருள்களைப் பொது விநியோகக் கடையில் தந்துள்ளனர். அதைப் பஞ்சாயத்துத் தலைவரிடம் வந்து பொதுமக்கள் கூறினார்கள். உடனே அவர் பல பொதுவிநியோக கடைகளுக்குச் சென்று ஆய்வு செய்துவிட்டு, அந்த ஒன்றியத்தில் உள்ள அனைத்துப் பஞ்சாயத்துத் தலைவர்களையும் ஒன்றிணைத்து இந்தப் பிரச்சினைக்கு முடிவு கட்ட வேண்டும் என்றார். அந்தத் தலைவர்கள் அனைவருமே இவர் கூறியதில் உள்ள நியாயத்தை உணர்ந்து இவருடன் செயல்படத் தயாரானார்கள். போராட்டத்தை அறிவித்துச் சுவரொட்டிகள் அச்சிட்டு ஊரெங்கும் ஒட்டி மக்களிடம் விழிப்புணர்வு ஏற்படுத்தினர்.

'எங்கள் பணத்தில் எங்களுக்கு ஏன் தரமற்ற பொருள்கள்? ஏழைகளுக்குத் தரும் பொருள் என்றால் தரம் குறைந்ததைத்தான் தருவீர்களா? இது எங்கள் பணம், அதிலிருந்து எங்களுக்குப் பொருள்கள் தரப்படுகின்றன. உணவு எங்களின் உரிமை' என்று எங்கு பார்த்தாலும் சுவரொட்டி ஒட்டப்பட்டு, போராட்டத் தேதியும் அறிவிக்கப்பட்டது. மாவட்ட ஆட்சித் தலைவர் போராட்டம் நடைபெறுவதற்கு முதல் நாள் அந்த ஊருக்குச் சென்று பஞ்சாயத்துத் தலைவர்களுடன் பொது விநியோகக் கடைகளைப் பார்வையிட்டு, அங்கிருந்த தரமற்ற பொருட்களைத் திருப்பி அனுப்ப உத்தரவிட்டுத் தரமான பொருள்களை விநியோகிக்க ஏற்பாடு செய்தார்.

நிகழ்வுகள் கூறுவதென்ன?

இந்த இரண்டு நிகழ்வுகளும் கூறும் செய்தி ஒன்றுதான். விழிப்புணர்வுடனும் பொறுப்புமிக்கப் புரிதலுடனும் நம் மக்களும், மக்கள் பிரதிநிதிகளும் செயல்பட்டால், மக்கள் கூறுவதை அரசு கேட்கும். அத்துடன் மக்களுக்குக் கடமைப்பட்டுச் செயல்படும். எனவே நாம் முதலில் பொறுப்புமிக்கவராக, புரிதல் உள்ளவராக, ஆற்றல் மிக்கவராக, மாற்றங்களை உள்வாங்கக் கூடியவராகச் செயல்பட்டால், நம்மைச் சுற்றியுள்ளவர்கள் மாறுவார்கள். அதற்கு முதலில் நம் உள்ளாட்சித் தலைவர்களைத் தயார்படுத்திக்கொண்டு மக்களைத் தயார் செய்து மக்களின் சிந்தனைப் போக்கில் பெரும் மாற்றத்தைக் கொண்டுவர வேண்டும்.

நம்மை இன்று சாதி, சமயம், அரசியல் ரீதியாகப் பிரித்து வைத்துக் கொண்டு அரசியல் நடத்துவதால், நாம் சுரண்டப் படுகிறோம். தாங்கள் சுரண்டப்படுகிறோம் என்பது அறியாமலேயே நம் மக்கள் வாழ்வதுதான் நாம் 75 ஆண்டுகளாகப் பார்த்துவரும் பெரும் சோகம். கிராமங்களிலும் நகரங்களிலும் சமுதாயம் எந்த அடிப்படையில் பிரிந்தாலும் சுரண்டப்படப் போவது மக்கள்தான். கிராமங்களும், நகரங்களும் மேம்பட, சமூகத்தில் ஒற்றுமை நிலவ வேண்டும். அந்தப் புரிதலை மக்கள் மத்தியில் ஏற்படுத்த வேண்டும். அந்தப் புரிதலுடன் கிராம சமுதாயம் செயல்பட ஆரம்பித்தால், அந்தக் கிராமங்களில் அரசுப் பணிகள் நடைபெறும். இதை நம் கண்முன்னே பல கிராமங்களிலும் நகரங்களிலும் பார்த்து வருகின்றோம். எனவே இந்தப் புரிதலை ஏற்படுத்துவது தான் அதிகாரப்படுத்துதலாகும். விழிப்புடன் கூடிய செயல் பாடுகள்தான் மக்களைக் காக்கும். உள்ளாட்சியில் இந்தப் புரிதலுடன் நம் மக்கள் பிரதிநிதிகள் செயல்பட வேண்டும். அதுதான் இன்றைய தேவை.

6
உள்ளாட்சியும் அடிப்படை மாற்றங்களும்

என் நண்பர்கள் கேட்கும் ஒரு கேள்வி: 'நீங்கள் இந்தப் புதிய உள்ளாட்சி வந்த 1992-93லிருந்து முப்பது ஆண்டுகளாக ஒரு குடுகுடுப்பைக்காரன் போல உள்ளாட்சியில் நல்லாட்சி என்று பேசிவருகிறீர்கள். உள்ளாட்சியில் நம்பிக்கைகொண்டு உங்கள் வாழ்நாளில் பெரும் பகுதியை இதற்காக எழுதியும், பேசியும் வருகிறீர்கள். இதனால் பெரும் விளைவுகள் வந்ததாகத் தெரியவில்லையே. இருந்தும் மனம் தளராமல் அந்தப் பணியையே நம்பிக்கையுடன் செய்துவருகிறீர்களே. உங்களுக்குச் சலிப்போ, அலுப்போ, விரக்தியோ வரவில்லையா?'

நான் அவர்களுக்கு அளித்த பதில் இதுதான்: 'உலகத்தில் நடந்த உன்னத மாற்றங்கள் அனைத்தும் புதுக் கருத்தை விதைத்து, கருத்துக்கு வலுச்சேர்த்த மாமனிதர்களின் அயராத உழைப்பால் வந்தவை. இந்த மனிதர்களின் எண்ணிக்கை மிகக் குறைவுதான். ஆனால், கருத்தின் மேல் அவர்களுக்கு இருந்த அபார நம்பிக்கை, ஆர்வம் அளவற்றது. தன் ஆத்ம சக்தி அனைத்தையும் செலுத்தி கருத்துக்கு வலுச்சேர்த்துச் செயல்பட்ட மனிதர்கள்தான் சமூகத்தில் மாற்றங்களைக் கொண்டுவந்துள்ளனர்.

இந்திய மண்ணுக்கான ஆட்சிமுறை என்பது உள்ளாட்சியில் தான் தொடங்க வேண்டும் என உள்ளாட்சிக்கு கருத்து உருவாக்கம் செய்தார் மகாத்மா காந்தி. அதை நடைமுறைப்படுத்தும் சூழல் நாடு சுதந்திரம் அடைந்த நேரத்தில் உருவாகவில்லை. அதே நேரத்தில் அதே கருத்தை மேல்தட்டு அரசாங்கத்துடன் இணைந்து நடைமுறைப்படுத்த முனைந்தார் ஜவஹர்லால் நேரு. அவரால்

அதில் வெற்றிபெற இயலவில்லை. நீண்ட இடைவெளிக்குப் பிறகு அதே கருத்தை நடைமுறைப்படுத்த மறைந்த பாரதப் பிரதமர் ராஜீவ் காந்தி மிகப் பெரும் முயற்சியை மேற்கொண்டார். அவர் பேசிய பேச்சுகளில் அவர் கோடிட்டுக் காட்டியது, மகாத்மா காந்தி காட்டிய பஞ்சாயத்து ராஜ்யத்தைத்தான். ஆனால், அவரும் தோற்றுப் போனார். அதன் பிறகு பிரதமராக, சிறுபான்மை அரசை நடத்திய நரசிம்மராவ்தான் 73, 74ஆவது அரசமைப்புத் திருத்தச் சட்டங்களைக் கொண்டுவந்தார். உள்ளாட்சி பற்றிய புதிய கருத்தாக்கத்தை உருவாக்கிய ராஜீவ் காந்தி பாராட்டுக்குரியவர். இதை நன்கு உணர்ந்த வாஜ்பாய், ராஜீவ் காந்தியின் சாதனையைச் சோனியா காந்தி முன்னிலையில் வெகுவாகப் பாராட்டினார் என்பது பலருக்குத் தெரியாத செய்தி. அந்த அளவுக்கு ராஜீவ் காந்தி பஞ்சாயத்து ராஜ்ய கருத்துக்கு வலுச் சேர்த்தார் என்பதை எவரும் மறுக்க இயலாது.

அடிப்படைகளைப் புரிதல்

இந்தப் புதிய உள்ளாட்சி ஏன் அரசாங்கமாக வரவேண்டும் என்று விளக்கம் அளிக்கும்போது ஒரு கருத்தை மிக ஆணித்தரமாக ராஜீவ் காந்தி விளக்கினார். 'இந்த அரசாங்கம் மக்களுக்குப் பக்கத்தில் மக்களுடன் இணைந்து, மக்களை மதித்து, மக்களுக்குக் குடிமக்கள் பொறுப்புக்களைத் தந்து, ஆளுகையிலும் மேம்பாட்டுச் செயல்பாடுகளிலும் பங்கேற்கச் செய்து, மக்கள் மேம்பாட்டுக் காகச் செயல்பட்டு ஒரு புதிய அத்தியாயத்தை இந்திய நாட்டில் படைக்க வேண்டும். இந்த உள்ளாட்சி மூலம் இந்திய சமூகத்தில் அடிப்படை மாற்றங்களைக் கொண்டுவர வேண்டும். அந்த அடிப்படை மாற்றங்களைக் கொண்டுவர உள்ளாட்சிக்கு மிகப் பெரிய மக்கள் தயாரிப்புத் தேவைப்படுகிறது. இந்த அடிப்படை மாற்றத்திற்காக நடைபெறும் செயல்பாடுகளில் பங்காளர்களாகப் பொதுமக்களைப் பொறுப்புடன் பங்கேற்க வைக்க வேண்டும். அந்த மாபெரும் பணி சமூகத்தில் சாதாரண ஏழை எளிய ஒடுக்கப்பட்ட மக்கள் மத்தியில் நடைபெற வேண்டும்' என்பது தான் ராஜீவ் காந்தி கூறிய அந்தக் கருத்து.

அத்துடன் 'இந்தப் பணி சவால்கள் நிறைந்த பணி. இதைச் செய்ய உள்ளாட்சித் தலைவர்கள் தங்களைத் தயார் செய்து

கொண்டு சமூகத்தில் நடைபெறவேண்டிய அடிப்படை மாற்றத் திற்கான மக்கள் தயாரிப்பைச் செய்ய வேண்டும். இந்தப் பணி ஒருநாள் இரண்டு நாட்களில் நடைபெறுவது அல்ல. இந்தப் பணி 20 அல்லது 25 ஆண்டுகள் நடைபெற வேண்டிய பணி' என்றும் தன் கருத்தைப் பதிவு செய்தார் ராஜீவ்காந்தி. இதில் முக்கியமாக, நம் உள்ளாட்சித் தலைவர்கள் கவனத்தில் கொள்ள வேண்டிய ஓர் அம்சம், இந்தப் புதிய உள்ளாட்சிகள், இதுவரை ஒன்றிய, மாநில அரசுகளால் தங்கள் சட்டங்களாலும், திட்டங்களாலும், முடிவு களாலும் சென்று அடைய முடியாத அடித்தட்டு மக்களை, குறிப்பாக விளிம்புநிலை மக்களைத் தொட்டு, அவர்களின் மேம்பாட்டுக்கு அவர்களுடன் சேர்ந்து பணிசெய்ய வேண்டும் என்பதுதான்.

மக்களின் மேம்பாட்டுக்கு, குறிப்பாக விளிம்புநிலை மக்களின் மேம்பாட்டுக்கு பணி செய்யத்தான் இந்தப் பொறுப்பு என்பதை இந்தப் புதிய உள்ளாட்சிக்குத் தேர்வு செய்யப்படும் மக்கள் பிரதிநிதிகள் ஆழமாகத் தங்கள் மனதில் பதிய வைத்துக்கொள்ள வேண்டும். குடிமக்களாகப் பொறுப்புடன் செயல்பட வேண்டும் என்ற புரிதலை மக்களுக்கு ஏற்படுத்தி, அனைத்துச் செயல்பாடு களிலும் மக்களைப் பங்கேற்க வைக்க முதலில் அவர்களது சிந்தனைப் போக்கை மாற்ற வேண்டும். இன்றைய பயனாளிச் சிந்தனைப் போக்கிலிருந்து குடியாட்சியில் பொறுப்புமிக்கக் குடிமக்களாகச் செயல்படத் தேவையான சிந்தனைப் போக்கை அவர்களிடம் உருவாக்க வேண்டும்.

இந்தப் பணியை ஒன்றிய, மாநில அரசுகளால் செய்ய இயலாது, செய்ய இயலவும் இல்லை. எனவேதான் இந்தப் பணி உள்ளாட்சிக்குத் தரப்பட்டுள்ளது. எந்தச் செயல்பாட்டிலும் வெற்றிபெற மிக முக்கியமானது ஒரு சிந்தனைச் சூழல். உலகில் நடந்த பெரிய மாற்றங்களின் ஆரம்பம் சிந்தனைச் சூழல் மாற்றத்தில்தான் என்பதை நாம் புரிந்துகொண்டு செயல்பட வேண்டும். எனவே புதிய உள்ளாட்சிக்கான ஒரு புதிய சிந்தனைச் சூழலை உருவாக்க வேண்டும். இதை ஆங்கிலத்தில் Conscious ness creation என்று கூறுவார்கள். இது ஒரு சிந்தனைப் போக்கு, ஒரு மனோபாவம். இந்த நிகழ்வு மனிதர்களின் மனங்களுக்குள் நடைபெற வேண்டியது. உலகில் நடைபெற்ற மிகப் பெரிய

மாற்றங்கள் அனைத்தும் தலைவர்களின் சிந்தனைப் போக்காலும் அவர்கள் மக்களின் சிந்தனைப் போக்கில் ஏற்படுத்திய மாற்றங்களாலும் வந்தவை என்பதை நாம் புரிந்துகொள்ள வேண்டும்.

புதிய புரிதல்

உலகில் எந்த மாற்றமும் தலைவரால் மட்டும் வருவது அல்ல. தலைவர் மக்களுக்கு வழிகாட்டி, மக்களை ஊக்கத்துடன் செயல்பட வைத்துக்கொண்டு வந்தவைதான் அவ்வளவு மாற்றங்களும். அப்படிச் சிந்தித்துச் செயல்படும்போது, மாற்றத்திற்கான, மேம்பாட்டிற்கான அடிப்படைகள் எவையென்று கண்டறிந்து அதையொட்டி பணி செய்ய வேண்டும். எனவே மாற்றத்திற்கான அடிப்படைகள் குறித்துத் தலைவர்களுக்கும் மக்களுக்கும் புரிதல் வேண்டும். இன்றைய சூழலில் நமக்கு இருக்கும் சிக்கலே அடிப்படை மாற்றங்களுக்கான காரணிகள் எவை என்பதைப் புரிந்து செயல்படுவதில்தான் இருக்கிறது.

இன்று நாம் அனைவரும் பளபளக்கும் கட்டடங்களைப் பார்த்தும், சாலைகளைப் பார்த்தும், சாலைகளில் ஓடும் நான்கு சக்கர வாகனங்களைப் பார்த்தும், வீதிக்கு வீதி வந்து குழந்தைகளைப் பள்ளிக்குச் சீருடையுடன் அழைத்துச் செல்லும் பள்ளி வாகனங்களைப் பார்த்தும், அனைவரிடமும் கையிலிருந்து மகிழ்வித்துக் கொண்டிருக்கும் கைப்பேசிகளைப் பார்த்தும், கிராமங்களுக்குள் உருவாக்கப்பட்ட பொறியியல் கல்லூரிகளைப் பார்த்தும், அளவில்லாது பெரிய மால்களில் குவிக்கப்பட்டிருக்கும் பொருள்களைப் பார்த்தும், எண்ணிக்கையில் அதிகமாகப் பறக்கும் ஆகாய விமானங்களைப் பார்த்தும், கிராமங்களில் கட்டப்படும் வீடுகளைப் பார்த்தும், வீதிக்கு வீதி திறக்கப்பட்டு செயல்படும் ரொட்டிக் கடைகளை (பேக்கரிகள்) பார்த்தும், நகரங்களில் தொடங்கப்பட்டுச் செயல்படும் அதி நவீன மருத்துவமனைகளைப் பார்த்தும் நாம் வளர்ச்சியின் உச்சத்தைத் தொட்டுவிட்டதான ஒரு பிரமையில் வாழ்ந்துகொண்டிருக்கிறோம்.

உண்மை வேறாக இருப்பதை நாம் அறிவியல் பூர்வமாக அறிந்துகொள்ளாமல் இருக்கிறோம் என்பதுதான் யதார்த்தமான உண்மை. ஒரு சமூகம் முன்னேற பல வளங்கள் தேவை.

ஆனால், அவற்றில் அடிப்படையானது மனித வளம். எங்கு மனிதவளம் சிறந்து விளங்குகிறதோ அங்கு வளர்ச்சியும் மேம்பாடும் சமூகத்திற்கு வசப்பட்டுவிடும்.

அப்படியென்றால் அந்த மனிதவளத்தை எப்படிக் கட்டமைப்பது? இது பற்றிய புரிதல் ஒரு சமுதாயத்திற்கு இருக்க வேண்டும். ஒரு குழந்தை முறையாகப் பேணி வளர்க்கப்பட்டால் அந்தக் குழந்தை ஆரோக்கியமான குழந்தையாக, சமூகத்தில் ஆற்றல் மிக்கதாகச் செயல்படும். இதற்கு என்ன செய்ய வேண்டும்? முதலில் அந்தச் சமூகத்தில் வளரிளம் பெண்கள் இரத்தசோகையற்று இருக்க வேண்டும். ஒரு பெண் திருமண வயது எய்தும் போது அந்தப் பெண் இரத்தசோகையற்று 42 கிலோ எடையுடன் இருக்க வேண்டும். அந்தப் பெண்ணுக்கு திருமணமாகி குழந்தை உண்டாகும் போது 10 கிலோ எடை அதிகரிக்க வேண்டும். அந்தப் பெண் கர்ப்பமுற்ற காலத்தில் அரசு ஆரம்ப சுகாதார நிலையத்தில் முறையாகக் கவனித்து அந்தப் பெண்ணின் ஆரோக்கியம் பேணப்பட வேண்டும்.

குடும்பத்திலும் சமூகத்திலும் அந்தப் பெண்ணுக்கு முறையாகப் பாதுகாப்பும் மனநிறைவும் அளிக்கப்பட வேண்டும். அந்தப் பெண்ணின் பிரசவம் என்பது ஆரம்ப சுகாதார நிலையத்தில் நடைபெறுமாறு பார்த்துக்கொள்ள வேண்டும். இந்த நடவடிக்கைகள் முறைப்படி நடந்தால் அந்தப் பெண் நிறைந்த எடையுடைய ஆரோக்கியமான குழந்தையைப் பெற்றுத் தருவார், அதன் பிறகு முறையாகப் பேறுகால கவனிப்பைச் செய்து அந்தத் தாயையும் குழந்தையையும் வளர்த்தால் குழந்தை நல்ல மூளை வளர்ச்சி அடைந்து சிறந்த குழந்தையாக விளங்கும். மூளை வளர்ச்சி குழந்தைகளுக்கு 3 வயது நிறைவடைவதற்குள் 80% நடந்துவிடும் என்பதுதான் அறிவியல் சொல்லும் செய்தி.

சமூகத்தைத் தயார் செய்தல்

எனவே குடும்பம் மட்டுமல்ல, ஒரு சமூகமே இந்தப் புரிதலை பெற்றுச் செயல்பட வேண்டும். குழந்தைகள் என்பவர்கள் அந்தக் குடும்பத்தின் சொத்து மட்டுமல்ல; அந்தச் சமூகத்தின் சொத்து; நாட்டின் சொத்து என்ற புரிதல் ஒரு சமூகத்திற்கு வர வேண்டும். அடுத்து, தண்ணீர் பற்றிய விழிப்புணர்வு நம் சமூகத்திற்குத் தேவை.

நம் நாட்டில் தண்ணீர் மூலம் பரவும் நோய்கள்தான் அதிகமானவை. தண்ணீரை முறையாகப் பாதுகாத்து எப்படிப் பயன்படுத்துவது என்ற புரிதலை சமூகத்திற்கு ஏற்படுத்த வேண்டும். தண்ணீர் மாசுபடவும் கூடாது. அத்துடன் தண்ணீரைக் குடிப்பதற்குப் பக்குவமாகச் சூடுபடுத்தி பயன்படுத்தும் முறைமையைத் தெரிந்து செயல்பட்டால், ஆரோக்கியமான மானுட வாழ்வை சமூகம் நடத்த முடியும்.

அதேபோலத் தாங்கள் வசிக்கும் இடத்தைத் தூய்மையாக வைத்துக்கொள்ளும் முறை தெரிந்திருக்க வேண்டும். அதற்குக் குப்பைகளை முறைப்படுத்தி, பிரித்து, மேலாண்மை செய்யும் முறைமை அறிந்து, விழிப்புடன் செயல்பட்டால், உடல்நலம் பேணுதல் இன்னும் எளிதாகிவிடும். இதை அடுத்து இல்லங்களிலும் பொது இடங்களிலும் கழிப்பறைகளைக் கட்டி அவற்றை முறையாகப் பயன்படுத்தும் பண்பாட்டை மக்களிடம் வளர்த்து விட்டால், சமூகத்தின் ஆரோக்கியம் உச்சத்தை அடைந்துவிடும்.

கழிப்பறைக் கலாச்சாரத்தை நாம் வெள்ளையர்களிடம் கற்றுக்கொள்ள வேண்டும் என்பார் மகாத்மா காந்தி. வெள்ளையர்களின் மேம்பாட்டுச் செயல்பாடுகள் எதையும் ஏற்றுக்கொள்ளாத காந்தி, கழிப்பறைக் கலாச்சாரத்தை நாம் வெள்ளையர்களிடம் கற்றுக்கொள்ள வேண்டும் என்று கூறியதன் முக்கியத்துவம், கழிப்பறைக் கலாச்சாரத்தின் அடிப்படை அவ்வளவு முக்கியம் என்பதை வலியுறுத்துவதற்காகவேதான் என்பதை நாம் புரிந்து கொள்ள வேண்டும்.

அடுத்து, குழந்தைகளுக்குத் தரும் ஆரம்பக்கல்வி. குழந்தைகளுக்குக் கல்வி கற்பதில் ஆர்வத்தை உருவாக்குவதற்குக் கல்வி கற்கும் சூழலைப் பள்ளியில் முதலில் உருவாக்க வேண்டும்.

பள்ளிச் சூழலை, கல்வி கற்கும் சூழலாக மாற்றுவதற்குத் தேவையான புரிதலை சமூகம் பெற வேண்டும். குறிப்பாக உள்ளாட்சிகள் பெற வேண்டும்.

அத்துடன் குழந்தைகள், பெண்களின் உரிமைகள் நிலைநாட்டப்பட வேண்டும். முதலில் குழந்தைப் பாதுகாப்பு. அடுத்து அவர்களின் உரிமைகளைப் பாதுகாப்பது என்பது அவர்களின் மேம்பாட்டுக்கு இன்றியமையாதது. பெண்களின் உரிமைகள்

நிலைநாட்டப்படுவது என்பதும் பெண்கள் பிரச்சினைகளை விவாதத்திற்கு உட்படுத்தி, அவர்களின் உரிமை மற்றும் பாதுகாப்பு குறித்த புரிதலை அனைவரிடமும் ஏற்படுத்துவது மிகவும் இன்றியமையாதது. இதற்குப் பாலின சமத்துவம் பற்றிய பார்வையை அனைத்துத் தரப்பு மக்களுக்கும் ஏற்படுத்த வேண்டும். அடுத்து தீண்டாமை எனும் ஒரு கொடிய நோய் நம் சமூகத்தைப் பீடித்துள்ளது. அது அகற்றப்பட வேண்டும். அரசமைப்புச் சட்டத்தில் அகற்றப்பட்டுவிட்டது. ஆனால், சமூகம் அதை விடவில்லை. ஆகையால்தான் தற்போது இந்தப் பணி உள்ளாட்சிக்குத் தரப்பட்டுள்ளது. சமூக நீதி பற்றிய சரியான புரிதலை நம் மக்களிடம் ஏற்படுத்த வேண்டும். அடுத்து, சமத்துவம் பழகுவது. மக்களாட்சியின் அடிநாதமாக விளங்குவது சமத்துவம். உள்ளாட்சிச் செயல்பாடுகளில் இந்தச் சமத்துவத்தை நடைமுறைக்குக் கொண்டுவர வேண்டும்.

இயற்கைச் சூழல் பாதுகாப்பும், உயிர்ச்சூழல் பாதுகாப்பும் மிகவும் முக்கியமானவை. பருவநிலை மாற்ற காலத்தில் மிகவும் பாதிப்புக்கு உள்ளாகிக் கொண்டிருப்பவர்கள் ஏழைகள்தான். எனவே, பருவநிலை மாற்றத்தை எதிர்கொள்ளும் செயல்பாடுகளில் மக்களைப் பயணிக்க வைக்கத் தேவையான புரிதலை ஏற்படுத்த வேண்டும். உள்ளாட்சியை மையப்படுத்தி, அந்தப் பணிகளைச் செயல்படுத்த வேண்டும். அடுத்து ஏழை மக்களின் வாழ்வாதாரம் பாதுகாக்கப்பட வேண்டும். மேற்கூறிய அத்தனை செயல்பாடு களிலும் பெண்கள், தலித்துகள், ஆதிவாசிகள் என அனைவரையும் மையப்படுத்தி அவர்களுடைய பங்கேற்பை உறுதிசெய்ய வேண்டும்.

அடித்தளத்தில் சமூகத்தின் மேம்பாட்டிற்கு மக்களின் பங்கேற்பு இன்றியமையாதது என்பதை அவர்களுக்குப் புரியவைக்க வேண்டும். மக்கள் அமைப்புகளின் செயல்பாடுகள் அனைத்திலும் அடித்தட்டு மக்களைப் பங்கேற்கச் செய்ய வேண்டும். இது பற்றிய புரிதலையும், அவற்றை நடைமுறைப்படுத்தும் ஆற்றலையும் உள்ளாட்சித் தலைவர்களிடம் ஏற்படுத்த வேண்டும். இந்தப் பணிகளை வெற்றிகரமாகச் செய்வதற்கு நம் மக்கள் பிரதிநிதிகள் மக்கள் தலைவர்களாக மாற வேண்டும். இந்தப் பணிகளை அவ்வளவு எளிதாகச் செய்ய முடியாது. அதற்கான

தலைமைத்துவம்தான் தற்போது உள்ளாட்சித் தலைவர்களுக்குத் தேவை. அந்தத் தலைமைத்துவம் என்பது மாற்றுத் தலைமைத்துவம். அதுதான் மாற்றத்திற்கான தலைமைத்துவம். அந்தத் தலைமைத் துவத்தை வளர்ப்பதுதான் இன்றைய தலையாயப் பணி. அதுதான் இன்றைய தேவையாக உள்ளது.

7

அடிப்படை மாற்றத்திற்கான தலைமைத்துவம்

உலகத்தில் நடந்த பெரும் மாற்றங்கள் அனைத்தும் பெரும் அரசியல் சிந்தனைகள் கொண்டவர்களின் செயல்பாட்டின் மூலம் ஏற்பட்டவை. பெரும் வியத்தகு சமூக மாற்றங்களை விஞ்ஞானிகளோ, அறிவுஜீவிகளோ அதிகாரிகளோ கொண்டு வரவில்லை. அனைத்தும் அரசியல் தலைவர்களால் வந்தவை. மற்றவர்கள் அதற்கு உதவியாகச் செயல்பட்டிருப்பார்கள். மக்கள் சமூகத்திற்குள் நுழையும் ஆற்றலும் சமூகத்தை மாற்ற வேண்டும் என்ற கடப்பாடும் அரசியல் தலைவர்களிடம்தான் இருந்து வந்துள்ளன. அந்தத் தலைமைத் துவத்தில் பல்வேறு வகைகள் இருக்கின்றன. ஒவ்வொரு வகையான தலைமைத்துவத்திற்கும் ஏற்ற வகையில் அணுகுமுறைகள், வழிமுறைகள், உத்திகள் கடைப்பிடிக்கப்படும்.

தலைமைத்துவத்தில் ஆய்வு

இந்தத் தலைமைத்துவம் பற்றி மிகவும் அதிக அளவில் ஆய்வுகள் வரவில்லை. மாறாக அவை அனைத்தும் தனி மனித வரலாறாகத் தான் எழுதப்பட்டுள்ளன. ஆனால் இன்று தலைமைத்துவம் என்ற பெயரில் எல்லையில்லா அளவுக்கு ஆய்வுகள் செய்யப்பட்டுப் புத்தகங்கள் வெளிவந்துகொண்டே இருக்கின்றன. இவற்றைப் படித்துவிட்டுத் தலைமைத்துவம் பற்றி மக்கள் பிரதிநிதிகளிடம் உரையாற்றுகின்றனர். இந்தத் தலைமைத்துவம் என்பது சந்தைக் கானது. வணிகத்திற்கானது. இலாபம் ஈட்டுவதற்கானது. அந்தத் தலைமைத்துவம் மக்களை வழிநடத்தும் மக்கள் பிரதிநிதிகளுக்கான தலைமைத்துவம் அல்ல. மக்களை எப்படிச் சுரண்டலாம் என்பதற்கு அந்தத் தலைமைத்துவத்தில் வழி இருக்கலாம். எனவே

சந்தைத் தலைமைத்துவம் பற்றி மக்கள் தலைவர்களிடம் விவாதிப்பது அவர்களுக்குத் தவறான வழிகாட்டுவதாகும்.

விவாதமில்லாத் தலைமைத்துவம்

மற்றொரு வகையான தலைமைத்துவம் செயல்பட்டு வருகிறது. ஆனால் அந்தத் தலைமைத்துவத்தைப் பற்றி யாரும் பேசுவதும் இல்லை. எழுதுவதும் இல்லை. விவாதிப்பதும் இல்லை. ஆராய்ச்சி செய்வதும் இல்லை. அப்படிப்பட்ட மனிதர்களை நாம் பெரிதாகப் போற்றி மதிப்பதும் இல்லை. ஆனால், அந்தத் தலைமைதான் உலகத்தில் பெரும்பான்மையாக நாடுகளுக்கும் சமூகங்களுக்கும் தேவைப்படுகிறது. ஏனென்றால் இந்த உலகமயப் பொருளாதாரத்தால் விளைந்த எல்லை இல்லா ஏற்றத்தாழ்வு களாலும், புறக்கணிப்புகளாலும், இயற்கை அழிப்புகளாலும் ஆங்காங்கே புதிய தலைமையைத் தேடி ஏங்கி நிற்கின்றன சமூகங்கள். எந்தத் துணையும் இன்றி, மனித சமுதாயத்தின் மீது நம்பிக்கையும், மாறா அன்பும் பற்றும் கொண்டு, சமூக அடிப்படை மாற்றங்களுக்காகப் பலர் தொடர்ந்து செயல்பட்டு வருகின்றனர். அந்தத் தலைமைதான் இன்று ஆயிரக்கணக்கில் நாடுகளுக்கும் பிராந்தியங்களுக்கும் தேவை. இவர்கள் மக்களுடன் மக்களாகச் செயல்படக்கூடியவர்கள். செயல்பட்டும் கொண்டிருக் கின்றனர். இந்தத் தலைமைத்துவம் பற்றிய ஆய்வுகள் மிகவும் குறைவு. ஆனால், இந்தத் தலைமைதான் நமது இன்றைய உள்ளாட்சிகளுக்குத் தேவை.

மக்கள் சேவை

ஒரு கிராமத்துத் தையல்காரர் வாரத்தில் ஒருநாள் பள்ளிக்குச் செல்லும் மாணவர்களின் சீருடையில் உள்ள கிழிசலைக் கூலி வாங்காமல் தைத்துக் கொடுத்துவிடுகிறார். அந்த ஒரு நாளை சமுதாயத்திற்காக ஒதுக்கிவிடுகிறார். அதேபோல் இன்னொருவர் இலட்சக்கணக்கான பனை விதைகளை ஊர் ஊராகச் சென்று குளக்கரைகளிலும், பொது இடங்களிலும் புதைத்து மக்கள் பங்கேற்போடு வளர்த்து வருகிறார்.

நம்மாழ்வாரோடு பயணித்த ஒருவர், கிராமம் ஒன்றிற்குச் சென்று அங்கு நஞ்சில்லா உணவுத் தயாரிப்புக்கு இயற்கை

விவசாயப் பயிற்சி அளித்து நூற்றுக்கணக்கான இயற்கை விவசாயிகளை உருவாக்கி வருகிறார். ஆதிவாசிக் குழந்தைகள் படிப்பதற்குக் காட்டுப்பள்ளி ஒன்றை உருவாக்கி நடத்தி வருகின்றனர் சில இளைஞர்கள். ஒரு சுய உதவிக் குழுவை உருவாக்கி, சீட்டுப்பிடித்து, பால்மாடு வாங்கிக் கொடுத்து, பால் வணிகம் செய்ய வைத்து நூற்றுக்கணக்கான குடும்பங்களை வறுமையிலிருந்து வெளியேற்றிய சாதனையை ஒரு படிக்காத பெண் செய்துள்ளார் என்பதை எப்படிப் பார்ப்பது?

கிராமத்தில் படித்துவிட்டு வேலை இல்லாமல் சுற்றித் திரியும் இளைஞர்களைப் பார்த்துவிட்டு, கோயில் பணத்தை வங்கியில் தானே வைத்துள்ளோம். அவற்றை எடுத்து இந்த இளைஞர் களைப் பொருளீட்ட வெளிநாட்டுக்கு அனுப்பலாமே என்று யோசித்து, அவர்களை வெளிநாட்டுக்கு அனுப்பிவைத்து அவர்களின் குடும்பப் பொருளாதாரத்தை உயர்த்தியதுடன், கோயில் பணத்தை வட்டியின் மூலம் பெருக்கியவரின் செயல் பாட்டை என்னவென்று பாராட்டுவது?

பொறியியலில் பட்டம் பெற்று உயர்கல்விக்காக ஆஸ்திரேலியா செல்ல இருந்த பெண், சாதாரண மனிதர்களின் மேம்பாட்டுக்காக இளைஞர்கள் சிலர் அர்ப்பணிப்புடன் செயல்படுவதைப் பார்த்து ஈர்க்கப்பட்டார். உடனே தனது வெளிநாட்டு உயர்கல்விச் சேர்க்கைக்கான உத்தரவைப் பெற்றோர்களுக்குத் தெரியாமல் கிழித்து எறிந்துவிட்டு, சமூக மாற்றத்திற்காகச் செயல்படும் இளைஞர்களுடன் இணைந்து தூய்மை, துப்புரவு, குப்பை மேலாண்மையில் ஆய்வுச் செயல்பாட்டில் இறங்கியதை என்னவென்று கூறுவது?

கிராமத்திலுள்ள இளைஞர்களை ஒன்று திரட்டி, கிராமப்புற மேம்பாட்டுக்காக என்னென்ன திட்டங்கள் எந்தெந்தத் துறைகள் மூலம் நடை பெறுகிறது என்பதைத் தெரிந்து, அந்தத் திட்டச் செயல்பாடுகளில் ஒரு பைசாகூட யாரும் கைவைக்காமல் பாதுகாக்கக் கிராம சபையில் பங்கேற்று ஊர் மக்களைச் செயல்பட வைத்த அந்த இளைஞரை என்ன என்று அழைப்பது?

இப்படி எண்ணிலடங்கா இளைஞர்கள் சிறிய சிறிய பணிகளை அர்ப்பணிப்புடன் தாங்கள் இயங்கக்கூடிய இடங்களில் செய்து

வருகின்றனர். இவர்களுக்கு யாரும் அதிகாரங்களைச் சட்டத்தின் மூலம் அளிக்கவில்லை, இவர்களுக்கு நிதியை யாரும் அவர்கள் வங்கிக்கணக்கில் போடவில்லை. இவர்களைப் பொதுமக்களும் தேடிவந்து மனுச் செய்யவில்லை. மாறாக மானுடத்தின் மீது மாறா அன்பும் பற்றும் கொண்டு பொறுப்பு களைத் தங்கள் தோள்களில் தாங்களே எடுத்து வைத்துக்கொண்டு சுயநலம் துளியும் இல்லாமல் செயல்படும் இத்தகைய மனிதர்களை நாம் தலைவர்கள் என்று அழைப்பதில்லை. மாறாக அவர்களைத் தன்னார்வலர்கள் என்று அழைக்கின்றோம். ஏனென்றால் இவர்கள் நிறுவனங்களிலுள்ள பதவிகளில் மக்களால் தேர்ந்தெடுக்கப்பட்டு அமர்வதில்லை.

தலைவர் யார்?

பொதுவாக நிறுவனங்களில் மக்களால் தேர்ந்தெடுக்கப்பட்டு அமரும்போது அதற்கு ஒரு பெயர் சூட்டப்பட்டுள்ளது. அதுதான் தலைவர், துணைத்தலைவர். இந்த நிறுவனங்களில் பதவிகளில் அமரும்போது அந்தப் பதவிகளுக்கான பொறுப்புகள் சட்டப் பூர்வமாக ஒதுக்கப்பட்டிருக்கும். அந்தப் பொறுப்புகளைக் கட்டாயக் கடமைகளாகக் கருதிப் பணி செய்ய வேண்டும். அவை அனைத்தும் விதிக்கப்பட்ட பணிகள். தலைவர்கள் என்பவர்கள் விதிக்கப்பட்ட பணிகள் மட்டும் செய்வதற்கு வந்தவர்கள் அல்ல. ஒப்படைக்கப் பட்ட பணிகளைத் தாண்டி மக்களின் தேவைகளுக்கான தீர்வுகளைச் சட்ட வரையறைக்குள் கொண்டுவருவதும்தான் பொறுப்பேற்ற பகுதியின் மேம்பாட்டை ஒரு கனவின் மூலம் திட்டமிட்டுச் செயல்படுவதும், சமூக மேம்பாட்டுக்கான செயல் பாடுகளில் மக்களுக்கு வழிகாட்டி பங்கேற்க வைப்பதும் தலைவர்களின் மிகவும் முக்கியமான பணிகள்.

அடிப்படையில் தலைவர்கள் எதனால் அளவீடு செய்யப் படுகிறார்கள் என்றால் சாதனைகளின் தன்மையால்தான். எனவே பதவிகளில் இருப்போர் எப்போது தலைவர்களாக ஆகின்றார்கள் என்றால், தங்கள் சாதனைகள் மூலமாகத்தான். தலைவர்களுக்குக் கட்டியம் கூறுவது, வரலாற்றில் பதியும் அளவுக்கு அவர்கள் செய்கின்ற சேவைகள்தான்.

தலைவருக்கான அடையாளங்கள் என்னென்ன என்பதுதான் அடுத்த கேள்வி. தலைவர் என்று கூறும்போது மிகவும் தெளிவாக

எதற்குத் தலைவர் என்பதை விளக்கிவிட்டால், அதற்கான அடிப்படைக் கூறுகளை நாம் இனம் கண்டுவிடலாம்.

உள்ளாட்சித் தலைவர்கள்

நாம் இன்று உள்ளாட்சியில் மக்களால் தேர்ந்தெடுக்கப்பட்ட பிரதிநிதிகள் பற்றித்தான் விவாதித்துக் கொண்டிருக்கிறோம். எனவே அவர்களுக்கான தலைமைத்துவம் பற்றித்தான் நாம் விவாதிக்க வேண்டும். மக்களாட்சியில் மக்கள் பிரதிநிதிகளுக்குத் தேவையான அடிப்படைகளைத்தானே நாம் பார்க்க வேண்டும். உண்மைதான். ஆனால், இன்று இந்தியாவில் நிறுவப்பட்ட உள்ளாட்சிகளை அரசாங்கமாக உருவாக்கி, அவற்றை ஆளுகை செய்ய எப்படி மக்கள் பிரதிநிதிகளைத் தேர்ந்தெடுக்க வழி செய்திருக்கிறார்கள்? அதாவது, 50 சதவீதப் பெண்களும், தலித்து களுக்கு அவர்கள் மக்கள்தொகைக்குத் தகுந்த விகிதாச்சாரத்தில் இடஒதுக்கீடு என்று பார்க்கும்போது 70 சதவீத மக்கள் பிரதிநிதிகள் இதுவரை புறந்தள்ளப்பட்டவர்களிலிருந்தும், ஒடுக்கப்பட்டவர் களிலிருந்தும், விளிம்புநிலை மக்களிலிருந்தும் வந்துள்ளனர். எனவே, இவர்கள்தான் பொறுப்புக்களை ஏற்று, அதிகாரத்தை முன்னெடுக்க வேண்டும். இதுவரை ஒன்றிய, மாநில அரசுகளால் சென்றடைய முடியாத மக்களிடம் விழிப்புணர்வை ஏற்படுத்தி அவர்களையும் பங்கேற்க வைத்து மாற்றங்களைக் கொண்டுவர வேண்டும். அதற்கான திறன் வளர்ப்பு, ஆற்றல் மேம்பாடு, பார்வை உருவாக்கம் எனச் செயல்பட வேண்டும்.

வித்தியாசமான தலைமை

உள்ளாட்சிகளுக்கு வரக்கூடிய பிரதிநிதிகளுக்கு வித்தியாசமான தலைமைத்துவம் வளர்த்தெடுக்கப்பட வேண்டும். இந்தியச் சமூகம் பல்வேறு ஆதிக்கப் பார்வை கொண்டு இயங்கும் தன்மைகொண்டது. அந்த ஆதிக்கங்களை மக்கள் ஆதரவுடன் உடைத்துச் சமத்துவம் கொண்டுவர வேண்டும். இந்தச் சமத்துவம் சமூகப் பொருளாதாரச் சமத்துவமாகும். இதற்குச் சமூக நீதி பற்றிய பார்வையும் அதை அடைந்திடும் வழிமுறையும் புரிந்திருக்க வேண்டும். அடுத்து இந்த உள்ளாட்சியில் கடையனுக்கும் கடைத்தேற்றம்தான் இதன் தலையாயப் பணி. அதைத்தான்

சிந்தனையில் கொண்டு செயல்பட வேண்டும். அடுத்து உள்ளாட்சியில் எது அடிப்படைப் பணி என்ற புரிதலை ஏற்படுத்தாமல், இதுவரை உள்ளாட்சி என்பது சாலை அமைத்தல், தண்ணீர் விநியோகம், தெருவிளக்கு பராமரித்தல், சிறுபாலம் கட்டுதல், சிறுசிறு கட்டுமானப் பணிகளை மேற் கொள்ளுதல் என்ற நிலையில் வருகின்ற நிதிக்குப் பணி செய்யும் ஓர் அமைப்பாகவே இயங்கி வந்தது. முதலில் உள்ளாட்சித் தலைவர்கள் எது அடிப்படை மாற்றம் என்று புரிந்துகொள்ள வேண்டும்.

ஒரு சமூகம் சமத்துவத்துடன் ஒருவரையொருவர் மதித்து ஆதிக்கமற்று செயல்பட்டு வாழவேண்டும். அங்கு மேம்பாடு அனைவருக்குமானது; அனைவரையும் உள்ளடக்கியது. அத்துடன் கடையர்களுக்கு முன்னுரிமை என்ற பார்வையில் செயல்படுவது. அரசு தந்துள்ள வாய்ப்புகள் அது சட்டமாக இருந்தாலும் அல்லது திட்டமாக இருந்தாலும் அவை அனைத்தும் அரசாங்கம் போடும் பிச்சையல்ல; பயன்கள் அல்ல. அவை அனைத்தும் மக்களின் உரிமைகள் என்ற பார்வையில் நடைமுறைப்படுத்த வேண்டும். அதற்கு எளிய மக்களை, உழைத்து வாழும் மக்களை மரியாதை யுடன் நடத்தும் மனநிலை பெற்றிருக்க வேண்டும்.

அடுத்து எல்லாத் தரப்பு மக்களும் குறிப்பாக ஒடுக்கப்பட்ட மக்களும் விளிம்பு நிலை மக்களும் ஒரு மதிக்கத்தக்க மரியாதை யுடைய மானுட வாழ்வை வாழ்ந்திட வேண்டும். அதற்குத் தேவையான எல்லா அடிப்படை வசதிகளையும் செய்து அறிவியல் அடிப்படையில் வாழ்வை நடத்துவதற்குத் தேவையான ஒரு விழிப்புணர்வையும் மனோபாவத்தையும் உருவாக்க வேண்டும். இதற்கு என்ன தேவை? முதலில் இவர்களின் வாழ்வாதாரம் பாதுகாக்கப்பட வேண்டும். அடுத்து வசிப்பிடம் துப்புரவும் தூய்மையும் உள்ள வாழ்விடமாக மாறத் தேவையான வசதிகள் செய்ய வேண்டும். தேவையான அளவுக்குப் பாதுகாக்கப்பட்ட குடிநீர் வழங்கப்பட வேண்டும். சமூகத்தில் வளரிளம் பெண்கள் இரத்த சோகையின்றி வாழ வழிவகை செய்ய வேண்டும். அவர்கள் திருமண வயது எய்திய உடன் திருமண ஏற்பாடு செய்யத் தேவையான புரிதலை மக்களுக்கு ஏற்படுத்த வேண்டும். அவர்கள் திருமணம் ஆகும் நிலையில் 42 கிலோ எடையுடன் இருக்குமாறு பார்த்துக்கொள்ள ஒரு விழிப்புணர்வு ஏற்படுத்த வேண்டும்.

திருமணமான பெண்கள் கர்ப்பமுற்று இருந்தால் அரசு தரும் திட்டங்கள் மூலம் அவர்களின் கர்ப்பகாலக் கவனிப்பு நடக்குமாறு பார்த்துக்கொள்ள வேண்டும். அடுத்து குழந்தைப் பிறப்பு மருத்துவமனையில் நடப்பதற்கான சூழலை உருவாக்க வேண்டும். அந்தக் கர்ப்பிணிப் பெண் நிறைந்த எடையுடன் குழந்தை பெறுவதை உறுதி செய்ய வேண்டும். குழந்தை பிறப்புக்குப் பிறகு குழந்தையும் தாயும் ஆரோக்கியமாக வாழ பேறுகாலக் கவனிப்பு முறையாக நடக்கிறதா என்று கவனிக்க வேண்டும். குழந்தை ஊட்டச்சத்துக் குறைவு என்ற நிலையில் பாதிக்கப்படாமல் பார்த்துக்கொள்ள வேண்டும். வாழ்விடத்தில் தூய்மை பேணுதலும் குழந்தைகளை வளர்ப்பதில் சத்துணவின் முக்கியம் பற்றி அறிதலும், வளரிளம் பெண்கள் இரத்தசோகையின்றி வாழ்வதன் முக்கியத்துவம் பற்றி அறிதலும், தூய்மையான தண்ணீரின் முக்கியத்துவம் பற்றி உணர்தலும், குழந்தை கருவுற்ற நாளிலிருந்து 2000 நாட்களுக்குக் குழந்தைகளைப் பேணிக் காப்பதன் அவசியம் குறித்துக் கவனம் கொள்ளுதலும் அவசியம். ஆரம்பக் கல்வியின் முக்கியத்துவம் அறிந்து மக்களிடம் விழிப்புணர்வை பிரதிநிதிகள் ஏற்படுத்த வேண்டும். இந்த அடிப்படைப் பணிகள் நடந்துவிட்டால் ஏழைகள் மேம்படுவர். இந்த மாற்றங்கள்தான் அடிப்படை மாற்றங்கள் என்று வரையறுக்கப் படுகின்றன.

மக்கள் பிரச்சினைகளுக்குத் தீர்வு

இந்தப் பணிகளைச் செய்யவே உள்ளாட்சிகள் பணிக்கப் பட்டுள்ளன. ஒரு தலைவர் முதலில் மக்கள் பிரச்சினைகளை அறிந்து அவற்றைத் தீர்க்க வழிமுறை காண்பவர். அவருக்கு மக்கள்மேல் மாறா அன்பும் பற்றும் இருக்க வேண்டும். மக்களை மதித்து நடத்தும் மனநிலை வேண்டும். மக்களுக்குக் கடமைப் பட்டவர் என்ற உணர்வில் மக்களின் குரலுக்குச் செவி சாய்ப்பவராய் இருத்தல் அவசியம். மக்களுடன் மக்களாக வாழ்வது, மக்களின் பிரச்சினைகளுக்குப் பொறுப்பு ஏற்றுக் கொள்வது மற்றும் சவால்களாகப் பிரச்சினைகள் வரும்போது அவற்றை எதிர்கொண்டு தீர்வைக் காணும் ஆற்றல் படைத்தவராக அவர் தன்னை உருவாக்கிக்கொள்ள வேண்டும்.

மக்களுடன் பணியாற்றும் பாங்கைப் பெற்று. அவர்களின் மேம்பாட்டுக்கான நம்பிக்கையைத் தருபவராக ஒரு தலைவர் இருக்கவேண்டும்.

எல்லா மேம்பாட்டுச் செயல்பாடுகளிலும் பங்குபெறத் தேவையான விழிப்புணர்வை மக்களுக்கு ஏற்படுத்தி, பணியில் ஒன்றி நிபுணத்துவத்துடன் செயல்படும் பழக்கத்தைத் தலைவர் ஏற்படுத்திக்கொள்ள வேண்டும். எப்போதும் மக்களுடனும், பணிக்குத் தேவையான வல்லுநர்கள், ஊடகவியலாளர்கள், அதிகாரிகள் போன்றோருடனும் உள்ளார்ந்த தொடர்பில் அவர் இருத்தல் அவசியம். புதுமைப் பாதைகளில் பயணித்து, மக்கள் பார்வையில் மேம்பட்டவராக மின்ன வேண்டும். எந்தவொரு சூழலிலும் அச்சமற்று நேர்மையுடனும் சமூகக் கரிசனத்துடனும் செயல்படும் பாங்கை ஒரு தலைவர் பெற்று இருந்தால்தான் அவரால் அடிப்படை மாற்றங்களைச் செய்யலாம். அதற்கான தலைமைதான் இன்றைய தேவையாக இருக்கின்றது.

8

திருப்புமுனை தருமா நகர்ப்புற உள்ளாட்சி?

மேற்கத்திய நகரங்கள் வளர்ந்த வரலாற்றைப் புரட்டிப் பார்த்தால், ஓர் உண்மை நமக்குத் தெளிவாகும். அதாவது காலனி ஆதிக்கத்தில் இருந்த நாடுகளில் விவசாயிகளையும், கூலித் தொழிலாளர்களையும் இயற்கை வளங்களையும் சுரண்டிதான் அவை வளர்ந்துள்ளன என்ற உண்மையே அது. மகாத்மா காந்தி அந்தக் கருத்தை வலுவாகப் பேசியும் எழுதியும் வந்தார். அதுமட்டுமல்ல, மேற்கத்திய முறையில் நம் நகரங்கள் வளரக்கூடாது. கிராம வளங்களையும், கிராமத்து மக்களையும் சுரண்டி நகரங்கள் வளர்வதை அவர் கடுமையாக விமர்சனம் செய்தார். ஆகையால்தான் காந்தி, இந்தியா சுதந்திரம் அடைந்தவுடன் கிராமத்து மக்களின் சுய மரியாதையை நிலைநாட்டி கிராமத்து மக்களின் உழைப்பைச் சுரண்டாமல் பாதுகாக்க வேண்டும் என்றார்.

மாற்றமில்லாத செயல்பாடு

இந்தியா சுதந்திரம் அடைந்த பிறகு, மேற்கத்திய வளர்ச்சிமுறை, ஆளுகைமுறை, மக்களாட்சிமுறை, நிர்வாகமுறை ஆகியவற்றைப் பின்பற்றித்தான் தன் செயல்பாடுகளை வடிவமைத்துக்கொண்டது. பொருளாதார வளர்ச்சிக்கு நகரங்கள் முதுகெலும்பாக விளங்கின. அதனால் நகரங்களின் உருவாக்கம் அவசியமானது. விவசாயம் சார்ந்த தொழில்களைக் கிராமங்கள் முன்னெடுத்தன. நகரங்கள் தொழில் சாலைகளையும், பொருள் விற்பனைக் கூடங்களையும், சேவைத் தொழில்களையும் முன்னெடுத்துச் செயல்பட்டன.

அப்படி உருவாக்கப்பட்ட நகரங்கள் பல மேம்பட்டு உயர்ந்தன. பல நகரங்கள் மற்ற நகரங்கள்போல் வளர முடியாமல் தேங்கி நிற்கின்றன. காரணம் ஒரு நகரம் மேம்படுவதும், சிறப்படைவதும் அரசாங்கச் செயல்பாடுகளால் மட்டுமல்ல, அந்த நகரத்து மக்களின் முனைப்புமிக்கப் பொருளாதாரச் சமூகச் செயல் பாடுகளும் அங்கு முக்கியப் பங்காற்றுகின்றன என்பதை நாம் புரிந்து செயலாற்ற வேண்டும்.

ஒவ்வொரு நகரத்திற்கும் ஒரு தனிச் சிறப்பு உண்டு. சக்தியும் ஆற்றலும் உண்டு. அந்த ஆற்றலும் சக்தியும் மக்கள் செயல்பாடு களின் மூலம் வெளிப்படும். அதற்கு ஏற்றாற்போல் அந்த நகர நிர்வாகம் செயல்படுமேயானால், அந்த நகரம் மிகப்பெரிய பொருளாதார வளர்ச்சியை அடையும். இதற்கு நம் மக்கள் பிரதிநிதி களுக்கு இது குறித்த சரியான புரிதல் தேவை. பொருளாதார மேம்பாட்டைக் கொண்டுவரும் சமூகம் எது என்பதைக் கண்டறிந்து அவர்களின் தேவைகளை நிறைவேற்ற வேண்டும். வணிகத்தில் ஈடுபட்டிருக்கும் வணிகர்களுடன் இணைந்து செயலாற்ற வேண்டும். அவர்களின் தேவைகளை இனம்கண்டு அவற்றை நிறைவேற்ற வேண்டும். இவற்றுக்கும் மேலாக அந்த நகரத்தில் வசிப்பதற்கு உகந்த சுகாதாரச் சூழலை உருவாக்க வேண்டும். அதற்குப் பொதுமக்களின் பங்களிப்பு மிகவும் முக்கியமானது. நகரத்தில் தூய்மை, தூய்மையான காற்று, தண்ணீர், மக்கள் உடல்நலம் பேண தேவையான அடிப்படை வசதிகள், பொழுதுபோக்குக்கான அடிப்படை வசதிகள் உருவாக்கப்பட்டு, சரிவரப் பராமரிக்கப்பட வேண்டும். ஒரு காலத்தில் இந்தியாவில் பெங்களூருவில் வசிக்கச் செல்லும் ஏராளமான மனிதர்கள் இருந்தார்கள். அதேபோல் உலகில் பல நாடுகளில் நகரங்களைத் தேடித்தேடி மக்கள் வசிக்கச் சென்றார்கள். காரணம் அந்த நகரங்களின் மேலாண்மையும் கட்டமைப்புகளுமே. எனவே நம் பிரதிநிதிகளுக்கு முதலில் நகர மேம்பாடு பற்றிய புரிதல் வேண்டும்.

உள்ளாட்சியில் பெண்கள்

உள்ளாட்சியில் 50% இடஒதுக்கீடு செய்து பெண்களை அனைத்துப் பதவிகளுக்கும் தேர்ந்தெடுத்துச் செயல்பட வைத்திருப்பது ஒரு

வரலாற்றுச் சிறப்புமிக்க நிகழ்வு. இந்தப் பெண்களுக்கான சரிபங்கு விகிதாச்சார ஒதுக்கீட்டை மக்களாட்சியில் அடித்தட்டு அரசாங்கத்தில் கொடுத்திருப்பது, மக்கள் மத்தியில் ஒரு மிகப் பெரிய சமூக மாற்றத்தை ஏற்படுத்த வேண்டும் என்ற அடிப்படையில். ஆதிக்க மனோபாவம் கொண்ட சமூகத்தில் ஆணாதிக்கத்தில் வாழ்ந்துவரும் பெண்களுக்கு ஆளுகையில் 50% இடஒதுக்கீடு ஒரு புதிய மாற்றத்திற்கான அரிய வாய்ப்பு என்பதை யாராலும் மறுக்க இயலாது.

ஆனால், இந்தப் பெரும் எண்ணிக்கையில் வந்துள்ள பெண்கள், தங்களின் எண்ணிக்கை பலத்தால் மட்டும் சாதித்துவிடுவார்கள் என்று கருதினால் நமக்கு மிஞ்சுவது ஏமாற்றமாகத்தான் இருக்கும். இந்த எண்ணிக்கை சாதனைகள் புரியவேண்டும் என்றால், தேர்ந்தெடுக்கப்பட்டுப் பதவிக்கு வந்துள்ள உறுப்பினர்களுக்குத் தேவையான, உறுதுணையான, செயல்பாட்டுத் தயாரிப்புகள் தேவை. நம் நாட்டில் நாம் தேர்தல் அரசியலில் கைகோத்து மக்கள் மத்தியில் மக்களாட்சியை நிலைநிறுத்திவிட்டோம். அதேபோல் கட்சி அரசியலிலும் அரசியல் கட்சிகளைக் கட்டமைத்து நாம் வலுவாகச் செயல்பட்டுக்கொண்டிருக்கிறோம். அதையும் தாண்டி வளர்ச்சி அரசியல் என்ற ஒன்று இருக்கிறது என்பது நமக்குத் தெரியுமா?

வளர்ச்சி அரசியல்

நாம் தடுமாறுகின்ற இடம் எது என்றால் வளர்ச்சி அரசியலிலும் மேம்பாட்டு அரசியலிலும்தான். நம் நாட்டில் வளர்ச்சி மற்றும் மேம்பாட்டு அரசியலை முன்னெடுத்து நம் அரசியல் கட்சிகள் செய்திருந்தால் நாடு சுதந்திரம் அடைந்த ஒரு முப்பது ஆண்டுகளில் நம் சமூகத்தில் பல்வேறு மாற்றங்கள் நடைபெற்றிருக்கும். அந்த அரசியல் நடைபெறாத காரணத்தால்தான் சுதந்திரம் அடைந்து 75 ஆண்டுகள் கழிந்த பிறகும் நம்மால் அடிப்படை மாற்றங்களை நமது சமூகத்தில் கொண்டுவர முடியவில்லை.

இதற்கான காரணங்களை நாம் அறிந்துகொள்ள நம் சுதந்திர இந்தியாவின் செயல்பாடுகளைச் சற்று பின்நோக்கிப் பார்க்க வேண்டும்.

பெரிய அரசாங்கம்

இதுவரை 75 ஆண்டுகால சுதந்திர இந்தியாவில் பொருளாதார மேம்பாடு, சமூக மேம்பாடு என அனைத்தும் அரசாங்கத்தின் செயல்பாடுகளாகப் பார்க்கப்பட்டுச் செயல்பட்டு வந்ததன் விளைவாக அரசாங்க இயந்திரம் விரிந்தது, பெருகியது. இதனால் வளர்ச்சி மற்றும் மேம்பாட்டுச் செயல்பாடுகளில் மக்களின் பங்கு குறைந்து, அரசாங்கத்தின் பங்கு அதிகரித்தது. இதன் விளைவு தான் இந்தியாவில் 11 ஐந்தாண்டுத் திட்டங்களைச் செயல்படுத்தி முடித்த பின்னர் ஓரளவு வறுமை குறைந்தாலும் மானுட வாழ்வுக்குத் தேவையான அனைத்து அடிப்படை வசதிகளையும் தேவைக்கு ஏற்ற அளவில் அந்தந்த மாநிலச் சூழலுக்கு ஏற்ற நிலையில் அனைத்துத் தரப்பு மக்களுக்கும் செய்துதர முடியவில்லை.

இவ்வளவு திட்டங்களை நடைமுறைப் படுத்தியதாகக் கூறிய பின்பும் பெரும்பகுதி மக்கள் மதிப்புமிக்க மரியாதையுடைய வாழ்க்கையை வாழ வழிவகைகள் செய்ய இயலவில்லை. ஒன்றிய, மாநில அரசுகள் இவ்வளவு முயன்றும் அனைத்துத் தரப்பு மக்களையும் அரசாங்கத்தின் மேம்பாட்டுத் திட்டச் செயல்பாடுகள் சென்றடையவில்லை. ஏன் இப்படி என்று ஆராய்ந்தபோதுதான், மக்களுக்கு அருகில் மக்களுக்குக் கடமைப்பட்ட, மக்களுக்குப் பதில் கூற அக்கறையுள்ள மக்கள் பிரதிநிதிகள் இல்லை என்ற உண்மையைக் கண்டறிந்தனர்.

அதிகார வர்க்கத்தின் செயல்பாடுகள்

மாவட்டங்களிலுள்ள அதிகாரிகள்தான் மக்கள் மேம்பாட்டுக்கான பணிகளைச் செய்ய வேண்டும். அவர்கள் மக்களுக்குப் பொறுப்பு உள்ளவர்களாகவும், கடமைப்பட்டவர்களாகவும் இருக்கவில்லை, இருக்க முடியவில்லை என்பதையும் கண்டறிந்தனர். அந்த நிலையில் தான் புதிய உள்ளாட்சி ஒன்று வேண்டும். அது அரசாங்கமாகச் செயல்பட வேண்டும். அது நிலைத்து ஒன்றிய, மாநில அரசுகள் போல, இரண்டு அரசாங்கங்களுடன் இணைந்து மக்களின் பொருளாதார மேம்பாட்டுக்கும், சமூக நீதிக்கும் மக்களின் ஒத்துழைப்போடு, மக்களின் பங்கேற்போடு திட்ட மிட்டுச் செயல்பட வேண்டும் என்ற குறிக்கோளோடு உள்ளாட்சி அரசாங்கம் உருவாக்கப்பட்டது.

வள மேம்பாடு

ஒன்றிய, மாநில அரசுகள் தொட முடியாத சமூகங்களைக் கண்டறிந்து, அவர்கள் எட்ட முடியாத உயரங்களை எட்டுவதற்கு உள்ளாட்சிகள் பணியாற்ற வேண்டும். சமூகத்தின் அடிப்படை யான மாற்றங்களைக் கொண்டு வரும் வகையில் உள்ளாட்சி களின் பணி இருக்க வேண்டும். ஒரு நாடோ, சமூகமோ, ஒரு பிராந்தியமோ, ஒரு மாவட்டமோ, ஒரு கிராமமோ மேம்பட வேண்டும் என்றால் இயற்கை வளம், பொருள்வளம், தொழில்வளம், சமூகவளம், மனிதவளம் அனைத்தும் முறையாக ஒன்றிணைக்கப் பட்டிருக்க வேண்டும். எவ்வளவுதான் இயற்கைவளம் இருந்தாலும் பிற வளங்கள் முறையாக வளர்த்தெடுக்கப்பட வில்லை என்றால், அந்த நாடு மேம்பட முடியாது.

அதற்கு எடுத்துக்காட்டு, காங்கோ என்ற நாடு. அங்கு இயற்கை வளம், கனிம வளங்களுக்கு எந்தக் குறையும் இல்லை. ஆனால், மக்கள் வறுமையில் வாடுகின்றனர். எவ்வளவுதான் இயற்கை வளம், பொருளாதார வளம் நிறைந்து அறிவியல் மற்றும் தொழில் நுட்பம் மேம்பட்டு இருந்தாலும் முறையாக மனிதவளம் மேம்படுத்தப்படவில்லை என்றால் ஒரு நாடு முன்னேற முடியாது. அதற்கு எடுத்துக்காட்டாக நம் நாட்டையே கூறலாம்.

நம் நாட்டில் ஒரு பக்கத்தில் வேலை இன்மை, மறுபக்கத்தில் வேலைக்கு ஆள் இல்லாமை. இது என்ன முரண்பாடு என்று கேட்கத் தோன்றும்.

மனிதவளம் மேம்பாடு

மனிதவளம் முறையாக வளர்த்தெடுக்கப்படாவிட்டால், மக்கள் தொகை பெருக்கத்தால் பிரச்சினைகள் கூடும். தவிர, திட்டமிட்ட பொருளாதார வளர்ச்சியையும் எட்ட முடியாது. நம் நாட்டின் சிறப்பு அதிக எண்ணிக்கையில் இளைஞர்களைக் கொண்டிருப்பது. அந்த இளைஞர்கள் திறனற்றவர்களாக, ஆற்றல் இல்லாதவர் களாக இருந்தால் அவர்கள் நாட்டுக்குச் சுமையாகவே விளங்குவார்கள். அவர்களை ஆற்றல்மிக்கவர்களாகத் திறன் மிக்கவர்களாக உருவாக்க வேண்டும் என்றால் அடிப்படையில் இரண்டு செயல்பாடுகள் செம்மையுடன் நடைபெற வேண்டும்.

அவை ஆரோக்கியம் (உடல்நலம்) மற்றும் கல்வி. இதில் ஆரோக்கியத்தின் அடிப்படை என்று பார்த்தால் வளரிளம் பெண்களின் உடல்நலம், கருவுற்ற தாய்மார்களின் கர்ப்பகாலக் கவனிப்பு, பேறுகாலக் கவனிப்பு, வாழ்விடத் தூய்மை, சுற்றுச் சூழல் பாதுகாப்பு, மாசுபடாக் காற்று, நீர் பாதுகாப்பு, ஊட்டச் சத்துக் குறைவில்லா குழந்தை நலன், ஆரம்பக்கல்வி, துப்புரவுக் கலாச்சாரம் போன்றவை ஆகும். இந்தக் காரணிகளை முறைப் படுத்திவிட்டால், இந்த நாட்டின் மக்கள்தொகை சுமையாக இருக்காது; பலமாக மாறிவிடும்.

அதை நாம் சீனாவில் பார்க்கிறோம். அதை நம் நாட்டிலும் கேரளாவில் பார்த்து வருகின்றோம். கேரளாவில் பெருந் தொழிற்சாலைகளோ, விவசாயமோ மற்ற மாநிலங்களில் உள்ளது போல் நடைபெறுவதில்லை. இருந்தும் அந்த மாநிலம் மக்களின் வாழ்க்கைத் தரத்தை உயர்த்தி வைத்திருக்கிறது. அதற்குக் காரணம் தரமான மருத்துவ வசதி, குழந்தைகளுக்குத் தரமான கல்வி ஆகியவைதான். இந்த இரண்டும் மனிதவளத்தைக் கேரளாவில் பெருக்கியதன் விளைவு, அந்த மக்கள் புலம்பெயர்ந்து வெளி நாட்டிலிருந்து பெருமளவில் சம்பாதித்துக் கொடுத்து கேரளாவின் பொருளாதாரத்திற்கு வலுச் சேர்க்கின்றனர்.

நமது உள்ளாட்சித் தலைவர்களுக்கு இந்தப் புரிதல் இருந்தால் இந்த 25 ஆண்டுகளில் கிராமங்களிலும் நகரங்களிலும் அடிப்படையான மாற்றங்களைக் கொண்டு வந்திருக்க முடியும். நமது உள்ளாட்சியில், மக்களால் தேர்ந்தெடுக்கப்பட்ட தலைவர் களுக்கு அந்தப் புரிதல் இல்லை. இனியும் தொடர்ந்து அப்படி இருக்க இயலாது. ஏனென்றால், புதிய உள்ளாட்சிகள் மூலம் எதிர்பார்க்கப்பட்ட விளைவுகளை உருவாக்க முடியவில்லை என்றால் மாற்று அணுகுமுறைகளைத் தேடவேண்டி இருக்கும். புதிதாக வந்திருக்கக்கூடிய நகர்ப்புற உள்ளாட்சிகளுக்கான பிரதிநிதிகள் இதைப் புரிந்து கொண்டு அடிப்படை மாற்றங்களை ஏற்படுத்த செயலாற்ற வேண்டும்.

இந்த அடிப்படை மாற்றங்களை உருவாக்க முதலில் நகரங் களில் வாழும் அடித்தட்டு மக்களிடம் பணியாற்ற வேண்டும். நம்முடைய உள்ளாட்சித் தலைவர்களுக்குப் பார்வை வேண்டும்.

பிரச்சினைகளின் தன்மையறிந்து செயல்படும் புரிதல் வேண்டும். இவர்களின் பணி எங்குத் தொடங்க வேண்டும் என்றால் கடைநிலையில் வாழும் மக்களின் வாழ்க்கைத் தரத்தை உயர்த்துவதில் ஆரம்பமாக வேண்டும். நகரங்களில் வாழும் புலம்பெயர் தொழிலாளர்களின் வாழ்வு நிலை, நகரங்களில் குப்பங்களாக இயங்கும் இடங்களில் குடியிருக்கும் மக்களின் வாழ்வு நிலை ஆய்வு செய்யப்பட்டுத் தரம் உயர்த்தப்பட வேண்டும். பொதுப்பள்ளிக் கூடங்களில் உள்ள வசதிகள், கற்றலுக்கான சூழல், சத்துணவுக் கூடங்களின் நிலை, சத்துணவின் தன்மை ஆகியவை கவனத்தில் கொள்ளப்பட்டு, உயர்தரத்தை உறுதிசெய்ய வேண்டும். பொதுக் கழிப்பிடங்களின் நிலை, கழிவு மேலாண்மை, மாற்றுத் திறனாளிகளின் நிலை, ஆதரவற்ற முதியோர்களின் வாழ்வு நிலை, புலம்பெயர் தொழிலாளர்களின் குழந்தைகள் கல்வி மற்றும் ஆரோக்கியம், ஏழைகள் வாழும் பகுதியில் உள்ள குழந்தைகளின் கல்வி, உடல்நலம், ஏழைகள் வாழும் இடத்தில் நிலவும் தூய்மை போன்ற அனைத்தையும் ஆய்வுக்கு உட்படுத்தி, அந்தச் சமூகத்தின் மேம்பாட்டுக்குத் திட்டமிட்டுச் செயல்படுவது மிக முக்கியமாகும்.

இரண்டு பொறுப்புகள்

நகர்ப்புற உள்ளாட்சியில் மாமன்ற உறுப்பினர்களாகச் செயல்படும் போது ஒன்றை அனைவரும் நினைவில் வைத்துக்கொள்ள வேண்டும். ஓர் உறுப்பினர் இரு பதவிகளில் இருக்கிறார் என்ற புரிதல் ஒவ்வொரு மாமன்ற உறுப்பினருக்கும் இருக்க வேண்டும்; மக்களுக்கும் புரிய வேண்டும். நாம் ஒரு பகுதியில் வார்டு உறுப்பினராகத் தேர்ந்தெடுக்கப்பட்டிருப்பதால், நாம் அந்தப் பகுதிக்குத்தான் பிரதிநிதி என்று செயல்படக் கூடாது. அந்த மாமன்றத்தின் உறுப்பினர், தன்னை ஒட்டுமொத்த மாநகரம் அல்லது நகரம் அல்லது பேரூராட்சி பகுதி முழுமைக்கு மான உறுப்பினர் என்பதைப் புரிந்துகொள்ள வேண்டும்.

மாமன்றத்தின் ஒட்டுமொத்தப் பகுதிகளின் மேம்பாட்டுக்காகச் செயலாற்ற வேண்டிய கடமை தனக்கிருப்பதை அவர் மனதில் கொள்ளவேண்டும். ஒட்டுமொத்த நகர மேம்பாட்டில்தான் தனது பகுதி அல்லது வார்டு மேம்பாடும் அடங்கியுள்ளது என்பதைப்

புரிந்துகொள்ள வேண்டும். எனவே ஒவ்வொரு உறுப்பினரும் இரண்டு நிலைகளில் தாங்கள் செயல்பட வேண்டிய பார்வையையும் அவசியத்தையும் உணர்ந்துகொள்ள வேண்டும். இந்தப் புரிதலுடன் செயல்பட்டால் அந்த மாநகரம் அல்லது நகரம் சமச்சீராக வளர்ந்து, ஏற்றத்தாழ்வுகள் அற்று எல்லோருக்கும் அனைத்து அடிப்படை வசதிகளும் கிடைத்துவிடும்.

சிறிய செயல்பாடுகள்

ஒரு மாநகராட்சியில் 100 உறுப்பினர்கள் என்றால் அந்த நகரம் நூறு பகுதிகளாகப் பிரிக்கப்பட்டு அந்தந்தப் பகுதி மக்களின் மேம்பாட்டுக்கான ஒரு திட்டம் தீட்டப்பட வேண்டியதன் அவசியத்தைப் புரிந்து மக்களிடம் விண்ணப்பம் வாங்காமல் குடும்பங்கள் பற்றிய புள்ளி விவரங்களைச் சேகரித்து ஆய்வு செய்து வாழ்க்கை நிலை, வாழ்வாதாரநிலை, வாழ்க்கைத்தரம் மேம்படத் திட்டமிட வேண்டும். இந்தப் பணியை நகரத்திலிருக்கும் கல்லூரி உதவியுடன், அவர்களின் 'உன்னதப் பாரத்' திட்டத்தின் மூலம் செய்ய முனைய வேண்டும்.

ஏழைகள் வாழுமிடத்தைத் தூய்மையாகப் பராமரிப்பதும், அந்தப் பணியில் அங்கு வசிக்கும் மக்களை ஈடுபடுத்துவதும் மிகவும் அவசியமாகும். அதேபோல் பொதுக்கழிப்பிடப் பராமரிப்பும், அவற்றைப் பயன்படுத்தும் ஒரு கலாச்சாரத்தை உருவாக்குவதும் அவசியம் என்பதை அறிந்து செயல்பட வேண்டும்.

அடுத்து, அப்படி ஒரு மேம்பாட்டுத் திட்டம் தயாரிக்கும்போது அரசாங்கத்தின் குடும்பநலம் மற்றும் குழந்தைகள் நலத்துறையிலிருந்து கருவுற்ற தாய்மார்கள் வளரிளம் பெண்கள், பாலூட்டும் தாய்மார்கள், குழந்தைகள் ஆகியோரின் உடல்நலம் பற்றிய புள்ளிவிவரங்களைப் பெற்று, அவற்றைச் சரிசெய்யத் திட்டமிட்டுச் செயல்பட வேண்டும்.

நகரத்தில் உள்ள அனைத்துக் குடும்பங்களுக்கும் தேவையான அளவு பாதுகாக்கப்பட்ட குடிதண்ணீர் வழங்க வேண்டும். அதேபோலப் பொதுப் பள்ளிக்கூடத்தில் உள்ள அடிப்படை வசதிகளையும், கல்வியின் கற்றல் திறனை மேம்படுத்த

தேவையான நடவடிக்கைகளை மேற்கொண்டு பள்ளிக் கல்வியின் தரத்தை உயர்த்த வேண்டும். அத்துடன் பொதுமக்களிடம் பொதுப் பள்ளியில் தங்களுடைய குழந்தைகளைச் சேர்க்கத் தேவையான விழிப்புணர்ச்சியை ஏற்படுத்த வேண்டும். அனைத்து மேம்பாட்டு செயல்பாடுகளிலும் பொதுமக்களை, குறிப்பாக ஏழைகளை பங்கேற்கச் செய்ய வேண்டும். அதேபோல மக்கள் பிரதிநிதிகள் தங்கள் தொகுதியைப் பற்றிய முழுப்புரிதலுடன் செயல்பட வேண்டும். தங்கள் பகுதியில் வார்டுசபை எனப் பல இடங்களில் மக்களைச் சந்திக்கும் கூட்டத்தை ஏற்பாடு செய்து மக்கள் கருத்தை அறிய வேண்டும். அடுத்து தான் செய்கின்ற ஒவ்வொரு பணியையும் மக்களுக்குத் தெரிவிக்க வேண்டும். மக்கள் பிரதிநிதிகள் ஊடகங் களுடன் தொடர்புகொண்டு தங்கள் பணிகள் பற்றிய தகவல்களை மக்களுக்குக் கொண்டுசெல்வது ஒரு முக்கியமான பணி. ஒவ்வொரு நகராட்சியிலும், மாநகராட்சியிலும் இணையதளம் ஒன்றை உருவாக்கி அதன் மூலம் தங்கள் செயல்பாடுகளையும், மேம்பாட்டுப் பணிகளையும் பதிவேற்றம் செய்யலாம்.

நகரின் துப்புரவுக்கு முன்னுரிமை கொடுக்க வேண்டியது மிக முக்கியப் பணி. இதில் தொழில்நுட்பங்களை எந்தளவுக்குப் பயன்படுத்த முடியுமோ அந்த அளவுக்குப் பயன்படுத்த வேண்டும். துப்புரவுப் பணிகளில் தொழில்நுட்பத்தைப் பயன்படுத்தி, தூய்மைப் பணியாளர்களின் சுமைகளையும் அவர்கள் எதிர் கொள்ளும் ஆபத்துகளையும் முற்றிலும் அகற்ற வேண்டும். எந்தவொரு நகரிலும் சாக்கடை அடைப்பை அகற்ற ஆட்களைப் பயன்படுத்துவதைத் தவிர்க்க வேண்டும். நகரங்களில் கடை நிலையில் வாழக்கூடிய மக்களின் குடும்பங்களைப் பற்றிய புள்ளி விவரங்களைச் சேகரித்து ஆய்வு செய்து அந்தக் குடும்பங்களை மேம்படுத்துவதற்கு முன்னுரிமை தரவேண்டும். நகரங்கள் எந்த அளவுக்குத் தூய்மையாக இருக்கின்றதோ அந்த அளவுக்கு மக்களின் வாழ்க்கைத் தரம் அந்த நகரத்தில் உயரும். அது மட்டுமல்ல, மக்களின் உடல்நலமும் பாதுகாக்கப்படும்.

இந்தச் செயல்பாடுகளைச் செய்வதற்கு ஒரு தலைமைத்துவம் வேண்டும். அதற்குப் பெரும் பட்டமோ படிப்போ தேவையில்லை. அதற்குத் தேவை ஒரு துடிப்பு, ஒரு துள்ளல், சாதிக்க வேண்டும் என்ற வெறி. அவை ஒவ்வொரு உறுப்பினரையும் இயக்க

வேண்டும். அந்த இயங்கு சக்தி உங்களுக்குள் இருக்கும் சக்தியை வெளிக் கொண்டுவரும். அப்போது உங்களிடம் இருக்கும் கூச்சம் போய்விடும். தலைவராகச் செயல்படுவதற்கும் சாதனைகள் புரிவதற்கும் கூச்சமும் அச்சமும் இரு பெரும் எதிரிகள். இதை நம் மக்கள் பிரதிநிதிகள் புரிந்துகொண்டு செயல்பட வேண்டும்.

அடுத்து மக்களின் நம்பிக்கையில்தான் நாம் வென்றுள்ளோம் என்பதை மறந்துவிடக் கூடாது. மக்களின் நம்பிக்கையைப் பெற செயல்பட வேண்டும். அதற்கு ஒரே வழி அவர்களின் வாழ்வின் மேம்பாட்டுக்குச் செயல்படுவதுதான். மக்களாட்சியில் எது உயிரோட்டம் என்றால் மக்கள் பிரதிநிதிகள் மக்கள் மேல் வைக்கும் நம்பிக்கையும் மரியாதையும்தான். நாம் பணம் செலவழித்துத் தேர்தலில் வென்றாலும், மக்கள் நினைத்தால் உங்களைத் தோற்கடித்திருக்கலாம். ஏதோ ஒரு தனிப்பட்ட காரணம் உங்கள் மேல் நம்பிக்கைகொள்ளச் செய்கிறது. மக்களுடன் உயிரோட்டமான ஒரு தொடர்பை ஏற்படுத்திக்கொண்டு செயல் பட்டால், உங்கள் தலைமைத்துவம் வளரும்.

அடுத்து மக்களின் பிரச்சினைகளைப் புரிந்து அவற்றுக்குத் தீர்வு காண வேண்டும். அவர்களின் பல தேவைகளுக்கு நிதி இல்லாமலேயே தீர்வு காணலாம். பல செயல்பாடுகளை விலை இல்லாமலே செய்துவிடலாம். துப்புரவுக்கான விழிப்புணர்வை பள்ளி மாணவர்களை வைத்தே செய்யலாம். மக்கள் பிரதிநிதி களுக்கு, குறிப்பாக நகர்ப்புற உள்ளாட்சிப் பிரதிநிதிகளுக்குச் சட்டங்கள் தெரியவில்லை; விதிகள் தெரியவில்லை என்று கவலைப்பட வேண்டாம். அவற்றைப் பார்த்துக்கொள்ளத்தான் அங்கு அதிகாரிகளும், அலுவலர்களும் இருக்கின்றார்கள். மக்கள் பிரதிநிதிகளுக்கு மக்கள் பிரச்சினைகள் புரிய வேண்டும். அதற்கான தீர்வுகள் புலப்பட வேண்டும். ஒரு செய்தியை உங்கள் செயல்பாடுகள் மூலம் அதிகாரிகளுக்கும் அலுவலர்களுக்கும் தெரிவிக்க வேண்டும்.

நீங்கள் பணம் சம்பாதிக்க வரவில்லை. செலவழித்த பணத்தைத் திரும்ப எடுக்கவும் அலையவில்லை. மக்களிடம் மாறா அன்புடன் கரிசனத்துடன் ஏதாவது செய்ய வேண்டும் என்ற துடிப்புடன் செயல்படுகிறீர்கள் என்பதை அவர்களுக்குப் புலப்படும்படி

செய்துவிட்டீர்களேயானால், மக்கள் பிரதிநிதிகளை அலுவலர்களும் அதிகாரிகளும் மதித்து நடக்க ஆரம்பித்துவிடுவார்கள். ஒவ்வொரு நாளும் ஒரு செயலில் ஈடுபட்டு, ஈடுபட்ட செயல்பாடுகளை நிறைவேற்ற முனைய வேண்டும். நீங்கள் செய்கின்ற காரியங்கள் மக்களுக்குத் தெரிய வேண்டும். அடிக்கடி மக்களைச் சந்தித்து அவர்களது பிரச்சினைகளைக் கேட்பது மட்டுமல்ல, தீர்வையும் அவர்களிடமே கேட்கலாம். இடைவிடாமல், எங்போதும் தங்களுடனே இணைந்திருக்கும் தலைவனை மக்கள் இதயத்துள் வைத்துக் கொண்டாடுவார்கள்.

நகர் மன்றக் கூட்டங்களில் பேசுவதற்குத் தயார் செய்து பேச வேண்டும். மக்கள் தங்கள் பகுதிகளில் சந்திக்கின்ற பிரச்சினை களை முறைப்படுத்தி, தீர்வுகளை நோக்கி நகர்த்த உரையாற்ற வேண்டும். உரையாற்றும் போது, பிரச்சினைகளை விளக்கிக் கூறுவதுடன், அதற்கான தீர்வையும் முன்னிறுத்த வேண்டும். அத்துடன், மாமன்றங்களில் உரையாற்றும் போது, தங்கள் பகுதிகளைப் பற்றி மட்டுமல்லாமல், ஒட்டுமொத்த நகர வளர்ச்சி பற்றியும் சிந்தித்துப் பேச வேண்டும். அதிகாரிகளாலும், அலுவலர்களாலும் தரப்படு கின்ற கூட்ட ஆவணங்களை வாசிக்க வேண்டும். அவற்றை நிதானமாகப் புரிந்துகொண்டு, அதுகுறித்துப் பேச வேண்டும். அவை புரியவில்லை என்றால் கேட்டுப் புரிந்துகொண்டு செயலாற்ற வேண்டும்.

மக்கள் பிரதிநிதிகளாகத் தாங்கள் வந்த பிறகு தங்கள் பகுதியில் ஒரு மாற்றத்தை மக்கள் உணர வேண்டும். 'நான் பதவிக்கு வந்த நாளிலிருந்து இன்று வரை 114 பேருக்கு முதியோர் ஓய்வூதியம் வாங்கிக் கொடுத்துள்ளேன். 78 பேருக்குப் புதிய குடும்ப அட்டைகள் வாங்கிக் கொடுத்துள்ளேன். 42 மாற்றுத் திறனாளி களுக்கு அரசுச் சலுகைகளைப் பெற்றுக் கொடுத்துள்ளேன். 14 பேருக்கு ஒரு பைசாகூட செலவில்லாமல் புற்றுநோய் அறுவை சிகிச்சைக்கு டாடாவின் மருத்துவமனை மூலம் உதவினேன். 244 பேருக்கு அரவிந்த் கண்மருத்துவமனை மூலம் கண்ணொளி வழங்க முகாம் நடத்தி, அறுவைச் சிகிச்சைக்கு உதவினேன்' என்று ஒரு சிற்றூராட்சித் தலைவர் பட்டியலிட்டார்.

எங்கள் ஊரில் குளிக்க, குடிக்க, வீட்டுப் பயன்பாட்டிற்கு தண்ணீர் தட்டுப்பாடு மக்களை வாட்டி எடுத்தது. நான்

வந்தவுடன் ஊரில் மழைநீர் சேகரிப்பு என்பதை மையப்படுத்தி ஒரு சொட்டு நீர்கூட வீணாகாமல் மழை நீர் சேமிக்க வேண்டும் என்று ஒரு திட்டத்தை ஆரம்பித்தேன். மிகப் பெரிய போராட்டத்திற்குப் பிறகு வெற்றிகரமாக நடத்தி ஒரே ஆண்டில் தண்ணீர்ப் பஞ்சத்தை வெற்றி கண்டேன். மக்களை, குறிப்பாக, பெண்களைச் சிரமங்களிலிருந்து காப்பாற்றினேன். மாவட்ட ஆட்சித் தலைவர் எங்கள் ஊருக்கு வந்து பாராட்டினார். உலக வங்கி என்னை அமெரிக்காவிற்கு அழைத்தது. என் செயல்பாடுகளைப் பார்த்த மக்கள், மூன்றுமுறை தலைவராக எனக்கு வாய்ப்பளித்தனர்

என்று மற்றொரு சிற்றூராட்சித் தலைவர் கூறினார். இதுபோன்று பல எடுத்துக்காட்டுகளைக் கூறலாம். எனவே, உங்கள் செயல் பாடுகளால், மாற்றம் வருவதை மக்கள் பார்க்க வேண்டும். அது மட்டுமல்ல அவற்றை மக்களுக்குத் தெரியவைக்க வேண்டும்.

மக்களின் குரலுக்குச் செவிகொடுக்க எப்போதும் தயாராக இருக்க வேண்டும். மக்கள் உங்களிடம் வரும்போது, உங்களிட மிருந்து தங்களுடைய பிரச்சினைகளுக்கு ஒரு தீர்வு கிடைக்கும் என்று எதிர்பார்த்து வருகின்றனர். மக்கள் பிரதிநிதியாக அவர் களுடைய நம்பிக்கையை நிறைவேற்றும் வகையில் உங்களுடைய நடவடிக்கை இருக்க வேண்டும்.

உலகம் ஓர் இக்கட்டான சூழலை சந்தித்து வருகிறது. அதுதான் பருவநிலை மாற்றம் அல்லது காலநிலை மாற்றம். இதை எதிர் கொள்ளத் தேவையான செயல்பாடுகளுக்கு மக்களைத் தயார் செய்ய வேண்டும். நகரங்களை வசிக்கத் தக்கதாக வைத்துக் கொள்வது பெரிய சவால்கள் நிறைந்த பணி. நகரங்களில் பசுமைப் பகுதிகளை உருவாக்க வேண்டும்.

அதுமட்டுமல்ல, வீடுகளிலிருந்தும் வாகனங்களிலிருந்தும் கரியமிலவாயு எல்லையில்லா அளவுக்கு வெளிவருகின்றது. அதை எதிர் கொள்ளத் தேவையான செயல்பாடுகளில் மக்களை ஈடுபடுத்த தேவையான புரிதலை ஏற்படுத்த வேண்டும். அதற்கு ஏற்ப மக்கள் பிரதிநிதிகள் தயாராக வேண்டும். சுகாதாரம், சூழலியல், பருவநிலை மாற்றம், தண்ணீர், துப்புரவு, தூய்மைக் கலாச்சாரம் பற்றிய புரிதலை மக்களிடம் ஏற்படுத்துவதற்கான

மிகப் பெரிய தயாரிப்பு முதலில் மக்கள் பிரதிநிதிகளிடமிருந்து உருவாக வேண்டும்.

இன்று வந்துள்ள மக்கள் தலைவர்கள் நகரங்களில் மிகப்பெரிய அடிப்படை மாற்றத்தைச் செய்தாக வேண்டும். அப்படியில்லை என்றால் எதிர்காலச் சந்ததியினர் வாழ முடியாத சூழலுக்கு நகரங்கள் வந்துவிடும் என்பதைப் புரிந்துகொண்டு, அறிவியல் பூர்வமாகச் சிந்தித்து, தொழில்நுட்பங்களைக் கையாண்டு சூழலை எதிர்கொள்ள வேண்டும். இந்தப் பணிகள் சாதாரணமானவை அல்ல.

மக்கள் பிரதிநிதிகளாக வந்தவர்கள் இதைப் புரிந்துகொண்டு செயல்பட வேண்டும். இன்று 50 சதவீதப் பெண்கள் பதவிகளுக்கு வந்துள்ளார்கள். இது மிகப் பெரிய மாற்றம். ஆனால் இந்த 50 சதவிகித பெண்களின் செயல்பாடுகள் மிகப்பெரிய மாற்றத்தை ஏற்படுத்த வேண்டும். அதற்கு ஒரு வித்தியாசமான பார்வையை நமது பெண் தலைவர்கள் உருவாக்கிக்கொள்ள வேண்டும். பொதுவாக எந்தப் பிரச்சினையை எடுத்தாலும் அது எந்த அளவுக்குப் பெண்களைப் பாதிக்கும் என்ற பார்வையுடன் பெண் தலைவர்கள் செயல்பட வேண்டும். இன்று கிராமப்புற உள்ளாட்சிகளுக்கும் சரி, நகர்ப்புற உள்ளாட்சிகளுக்கும் சரி அதிக எண்ணிக்கையில் இளையவர்கள் பதவிக்கு வந்துள்ளனர். பொதுவாக இளையவர்கள் என்றால் துணிச்சலுடன் சாதிக்கும் மனோபாவம் கொண்டவர்கள் என்று பொருள். எனவே, உள்ளாட்சிகளில் இளைய தலைமுறையினரின் ஆக்கப்பூர்வமான செயல்பாடுகளுக்கு இடமளிக்க வேண்டும்.

9
பருவநிலை மாற்றத்தை எதிர்கொள்ளுதல்

பருவநிலை மாற்றத்தால் உருவாகப்போகும் தாக்கங்கள் உலகை எங்கே கொண்டுபோய் நிறுத்தப்போகிறது என்பதை 67 நாடுகளைச் சேர்ந்த 270 அறிஞர்கள் ஆராய்ந்து ஐநாவிற்கு ஓர் அறிக்கையைத் தாக்கல் செய்துள்ளனர். அந்த அறிக்கையை முறையுடன் படித்தால் எப்படிப்பட்ட அபாயச் சங்கை இந்த அறிஞர்கள் உலகத்திற்கு ஊதி வைத்திருக்கின்றனர் என்பதை அறிந்திட முடியும். இதில் மிக முக்கியமாக எப்படி நம் தேசத்து நகரங்கள் பாழ்பட்டுப்போய் நிற்கின்றன என்பதையெல்லாம் இந்த அறிக்கை படம்பிடித்துக் காட்டியுள்ளது.

நம் தலைநகரங்களைப் பெருமைமிகு நகரங்களாகக் கருதுகிறோம். ஏனென்றால், அங்குதான் அரசாங்கத்தின் தலைமைப் பீடம் இருக்கின்றது. அங்குதான் அறிவுஜீவிகளும், சிந்தனையாளர்களும், முடிவு எடுக்கும் நிலையிலுள்ள உயர் அதிகாரிகளும் வாழ்கின்றனர். அங்குதான் தொழிற்சாலைகளும் இருக்கின்றன. எனவே அவைதான் பாதுகாப்பாக இருக்க வேண்டிய இடம். ஆனால், அப்படி இருக்கின்றதா என்றால் இல்லை என்பதுதான் இன்றைய எதார்த்த நிலை. அதிலும் நாம் வித்தியாசமானவர்கள். எடுத்துக்காட்டாக, புதுதில்லி, மனிதர்கள் வாழ அருகதையற்ற நகரமாக எப்போதோ மாறிவிட்டது. காரணம், அந்த அளவுக்கு அந்த நகரம் கரியமிலவாயுவைத் தாங்கி நிற்கிறது.

அங்கு தொழிற்சாலைகளிலிருந்து வெளியாகும் கரியமிலவாயு, அதுபோல அங்கு இயங்கும் பேருந்துகள், மகிழுந்துகள் உமிழும் கரியமிலவாயு, பஞ்சாபிலும், ஹரியானாவிலும் வயல்களில்

கிடக்கும் வைக்கோல் தட்டையை எரித்து உருவாகும் கரியமில வாயு, அலுவலகங்களிலும் விடுதிகளிலும் வீடுகளிலும் உள்ள குளிர்சாதனப் பெட்டிகள் உருவாக்கும் வாயு என அவ்வளவும் சேர்ந்து நச்சு வாயு மண்டலமாக மாறி, சுவாசிக்க இயலாத அளவுக்குக் காற்று கெட்டுவிட்டது. அது புரிந்தும், அது பற்றி விவாதிக்க முடிந்த அளவுக்கு மக்களை விவேகமுடன் செயல்பட வைக்க முடியாமல் அந்த நகரம் பாழ்பட்டு வருகின்றது. இவற்றைத்தான் இந்த அறிக்கை ஆதாரத்துடன் எடுத்துக் கூறுகிறது.

நகரத்தை நோக்கி

இந்த நிலை புதுதில்லியில் மட்டுமல்ல, பெரும்பாலான நகரங்கள் இதுபோலவே பாதிக்கப்பட்டுள்ளன. பொருளாதார உலகமயமாக்கலுக்குப் பிறகு இந்த அவல நிலையை நோக்கிப் பல நகரங்களைக் கொண்டுவந்துவிட்டோம். மக்கள் வாழத் தகுதி அற்றதாக அந்த நகரங்களைப் பாழ்படுத்திவிட்டோம். இந்தச் செயல்பாடுகளை நாம் நம்மை அறியாமலேயே செய்துவிட்டோம் என்பதுதான் பெரும் சோகம். நாம் வாழுமிடத்தை அசுத்தமாக்கி வாழ அருகதையற்றதாக மாற்றிக் கொண்டுள்ளோம் என்பதை அறியாமலே வாழ்கிறோம். இந்தச் சூழலை உருவாக்கியதற்கு நாமும் நம் அரசாங்கமும் முழுப் பொறுப்பு என்பதை உணராமலேயே செயல்பட்டு, இன்று ஓர் ஆபத்தான சூழலில் நாம் நின்றுகொண்டு இருக்கிறோம்.

ஐநா பொதுச் செயலாளரின் பார்வை

ஐநாவின் மானுட மேம்பாடு ஆய்வு அறிக்கையை ஐக்கிய நாடுகள் சபையில் அறிமுகம் செய்தபோது, ஐநாவின் பொதுச் செயலாளர் ஒரு சில கருத்து களைப் பதிவு செய்தார். 'நம் மக்களும் புவிக்கோளும் பருவநிலை மாற்றத்தால் பாதிக்கப்பட்டு வருவதைத் தான் அறிஞர்கள் படம் பிடித்துக் காண்பித்து வருகின்றனர். இன்று உலகில் 750 கோடியைத் தாண்டி மக்கள்தொகை வளர்ந்துவிட்ட நிலையில், அதில் சரிபாதி மக்கள் இந்தப் பருவநிலை மாற்றத்தால் சிக்கலுக்கு உள்ளாகப் போகிறார்கள். காரணம், அவர்கள் அபாயம் சூழ்ந்த பகுதியில் வசித்துவருகிறார்கள். இந்த மக்களை அழிவுச்

பருவநிலை மாற்றத்தை எதிர்கொள்ளுதல் ✦ 67

சூழலில் அறிவுலகமும் ஆளும் வர்க்கமும் கொண்டுவந்து நிறுத்தி யுள்ளன. வளர்ச்சி என்று கூறி இந்தப் பூமியை அழிவு நிலைக்குக் கொண்டுவந்துவிட்டோமே என்ற எந்தக் குற்றவுணர்வும் இன்றி நாட்டின் தலைவர்கள் நடந்துகொள்வதுதான் வேதனை. இந்தச் செயல்பாடுகள் குற்றச்செயல்பாடுகள். தம் வீட்டுக்குத் தாமே தீ வைப்பது போல் குற்றம் இழைப்பவர்களாக நம் தலைவர்கள் இருக்கிறார்கள்' என்பதுதான் ஐநா பொதுச் செயலாளர் பதிவு செய்த முக்கியக் கருத்து. தாம் படித்த ஆய்வு அறிக்கைகளிலேயே ஓர் ஆழமான பார்வை கொண்ட அறிக்கை யாகவும் மானுடத்தை விழிக்க வைக்கும் அறிக்கையாகவும் இருந்தது என்றும் அந்த அறிக்கையைப் பற்றி அவர் குறிப்பிட்டுள்ளார்.

பாவம் ஏழைகள்

இந்தச் சீர்கேட்டைச் சரி செய்ய ஒரு சிறிய வாய்ப்பு மட்டுமே நமக்கு உள்ளது என இந்த ஆய்வு அறிக்கையைத் தயாரித்த அறிஞர்களில் ஒருவர் கூறியிருக்கிறார். இதில் மிகப் பெரிய சோகம் என்னவென்றால், இந்தப் பூமியைப் பாதிக்கும் வகையில் எந்தவிதச் செயலையும் செய்யாத அப்பாவி ஏழைகள்தான் அதிகப் பாதிப்புக்கு உள்ளாகப் போகிறார்கள் என்பதுதான். இந்தப் பாவச் செயலுக்கு நம் ஆட்சியாளர்கள்தான் முழுப் பொறுப்பு ஏற்க வேண்டும். ஆனால் அவர்கள் இன்னும், எந்தக் குற்ற உணர்வும் இன்றிச் செயல்படுவதுதான் விசித்திரமாக உள்ளது. பலருக்கு இது புரிகின்றது. ஆனால், செய்வது அறியாது தங்கள் செயலைத் தொடர்கின்றனர். இந்தச் சூழல் பற்றி எந்தச் சிந்தனையும் அற்றுப் பலர் செயல்படுகின்றனர்.

உலகம் ஓர் அபாயச் சூழலில் சிக்கிக்கொண்டுள்ள செய்தியை மக்களிடம் எடுத்துச் சென்று விழிப்புணர்வை ஏற்படுத்தி அவர்களைச் செயல்பாட்டுக்குத் தயாராக்க வேண்டும் என்பது தான் இன்றைய மிகவும் முக்கியமான பணி. இதை எங்கிருந்து தொடங்குவது, யார் தொடங்குவது, எப்போது தொடங்குவது என்பதுதான் இன்று நம்முன் எழும் கேள்விகள். மேற்கத்திய முறை வளர்ச்சிப்பாதை எவ்வளவு ஆபத்தானது என்று மகாத்மா காந்தி 100 ஆண்டுகளுக்குமுன் எச்சரித்தார். அன்று அது நம் தலைவர்களின் காதுகளில் விழவில்லை. இன்று ஆபத்தான

சூழலை சந்திக்கும் போதாவது, நாம் விழித்துக்கொள்ளவில்லை, நம்மை நாம் மாற்றிக்கொள்ள முயலவில்லை என்றால் நமக்கு என்றும் விமோசனமே கிடையாது.

மக்கள் பிரதிநிதிகளுக்குப் புரிதல்

ராஜீவ் காந்தி இந்தியப் பிரதமரானதும் நாடாளுமன்ற உறுப்பினர்கள் அனைவருக்கும் சுற்றுச்சூழல் பற்றிய புரிதல் அவசியம் வேண்டும். எனவே அதற்காகப் பல்கலைக்கழகங்களில் நடக்கும் பயிற்சி வகுப்புகளில் நாடாளுமன்ற உறுப்பினர்கள் பங்கேற்க வேண்டும் என்று கூறி பங்கேற்க வைத்தார். ஒரு காலத்தில் சுற்றுச் சூழலுக்கு என எந்த அமைச்சகமும் கிடையாது. சுற்றுச்சூழல் பாதுகாப்புக் கான பெருமுயற்சிகளும் எந்த நிலையிலும் புரிந்து எடுக்கப் படவில்லை என்பதுதான் சுற்றுச்சூழல் ஆர்வலர்களின் பெருங் குற்றச்சாட்டாக இருந்தது. மிகப் பெரிய தொடர் அறிவியல்பூர்வ போராட்டங்களுக்குப் பிறகுதான் பல நாடுகளில் சுற்றுச்சூழல் அமைச்சகம் உருவாக்கப்பட்டது. அதேபோல் இந்தியாவிலும் சுற்றுச்சூழல் அமைச்சகம் உருவாக்கப்பட்டது. சூழலியல் பற்றிய பல முடிவுகள் அரசுச் செயல்பாடுகளுக்குப் பின்னணியில் இருந்தன.

இந்திராவின் தீர்க்க தரிசனம்

முன்னாள் பாரதப் பிரதமர் இந்திரா காந்தி ஒரு சூழலியல் சிந்தனையாளராகவே ஒரு காலத்தில் புகழப்பட்டார். உலகத் தலைவர்களும், அறிஞர்களும் அவருக்கு மிகப் பெரிய பாராட்டைத் தெரிவித்தனர். காரணம், அவர் ஐநா பொதுச் சபையில் ஆற்றிய உரை. அந்த உரை ஒரு வரலாற்றுச் சிறப்புமிக்க உரையாகப் பார்க்கப்பட்டது. அதில் பாரதப் பிரதமர் இந்திரா காந்தி ஒன்றைத் தெளிவுபடக் குறிப்பிட்டார். 'சுற்றுச்சூழல் பற்றி எங்களுக்கு யாரும் கற்றுத்தர வேண்டியது கிடையாது. எங்கள் நாட்டில் வறுமையை ஒழிக்க வேறு வழியின்றி, நாங்களும் மேற்கத்திய உற்பத்தி முறையைக் கடைப்பிடிக்க வேண்டியுள்ளது' என்பது தான் அவர் பதிவு செய்த கருத்து. அத்துடன் மற்றொரு முக்கியமான கருத்தையும் முன்வைத்தார். சுற்றுச்சூழல் பாதுகாப்பிற்கும் ஏழைகளின் மேம்பாட்டிற்கும் ஓர் உறவுமுறை உள்ளது.

எனவே ஏழைகளைப் பாதுகாக்கச் சுற்றுச்சூழலைப் பாதுகாக்க வேண்டியது மிகவும் முக்கியமான அரசின் கடமை என்று அவர் குறிப்பிட்டார்.

பாதை மாறாச் செயல்பாடு

இன்றுவரை வளர்ச்சிப் பார்வையும், பாதையும் ஆட்சியாளர்களுக்கு மாறவில்லை. இன்று உலகம் ஆபத்தை நோக்கி வந்து நிற்கிறது. இந்தப் பருவநிலை மாற்றத்தால் புவிவெப்பமடைவது, வறட்சி, திடீரெனப் பெருமழை, வெள்ளம், சூறைக்காற்று என இயற்கைச் சீற்றம் நிகழ்ந்த வண்ணம் உலகம் சுழலுகின்றது, இந்த நிகழ்வுகளெல்லாம் ஒரு காலத்தில் எப்போதாவது, 30 அல்லது 40 ஆண்டுகால இடைவெளியில் நடந்தன. ஆனால், இன்று அவை அனைத்தும் தொடர் நிகழ்வுகளாகிவிட்டன. இதன் விளைவாக எல்லையில்லா அளவுக்கு உயிரினங்கள், தாவரங்கள் அழிந்துள்ளன.

அதுமட்டுமல்ல, இலட்சக்கணக்கில் பல அரியவகை வனப் பிராணிகளும் தாவர வகைகளும் ஒட்டுமொத்தமாக அழிவின் விளிம்பு நிலையில் நிற்கின்றன. இந்தப் பேரழிவிலிருந்து மானுடத்தை மட்டுமல்ல பூமியையும் எப்படிக் காப்பாற்றுவது என்பதுதான் மானுடம் எதிர்கொள்ளும் பிரதானக் கேள்வி. இதற்கு இருக்கும் ஒரே வழி கரியமில வாயு வெளியீட்டைக் குறைப்பதும் வெப்பநிலை உயர்வைத் தணிப்பதும் தான் என்பது அனைவரும் அறிந்த உண்மை. இதற்காகப் பல்வேறு நிலைகளில் உடனடி நடவடிக்கைகள் மேற்கொள்ள வேண்டும். அவை அனைத்தும் மக்கள் இயக்கச் செயல்பாடுகளாக மாற வேண்டும்; அதுவும் போர்க்கால அடிப்படையில்.

ஒவ்வொரு ஆண்டும் அரை டிகிரி அளவுக்காவது வெப்பநிலை உயர்வைக் குறைத்தல் வேண்டும். அந்தப்பணி சாதாரணப் பணி அல்ல. பலதரப்பு நடவடிக்கைகள் இதற்குத் தேவை. இதற்கு முழுப் புரிதலுடன் அனைவரும் இணைந்து செயல்பட்டாக வேண்டும். அடுத்த 8 ஆண்டுகளில் கரியமிலவாயு உமிழ்வை 45 சதவிகிதம் குறைக்க வேண்டும். இந்தக் காலகட்டத்தில்தான் வெளிநாட்டு முதலீடுகளை ஈர்க்க நம்முடைய அரசுகள் சூழலியல் சட்டங்களை நீர்த்துப்போகச் செய்துவிட்டுப் பன்னாட்டுக் கம்பெனிகளுக்குச் சிவப்புக் கம்பளம் விரிக்கின்றன. ஆனால்,

அந்தக் கார்ப்பரேட் நிறுவனங்களோ தொழில் செய்ய ஏதுவான சூழலை உருவாக்குவதாகக் கூறி, மானுட வாழ்வுச் சூழலை சீரழிக்கின்றன. இந்தத் தொழில் மற்றும் வணிக நிறுவனங்கள் வரைமுறையற்று நம் வனப் பகுதிகளிலிருந்து தாதுப் பொருட்களை எல்லையில்லாத அளவுக்கு வெட்டி எடுத்து கொள்ளை இலாபம் ஈட்டுகின்றன.

ஆனால், இவற்றை வரைமுறைப்படுத்த வேண்டிய ஒன்றிய, மாநில அரசுகளால் இதைத் தடுக்க முடியவில்லை. அது மட்டுமல்ல, ஒன்றிய, மாநில அரசுகள் கடுமையான சட்டங்களையும் கொள்கைகளையும் உருவாக்கிச் செயல்பட்டாக வேண்டிய கட்டாயம் வந்துவிட்ட நிலையிலும் நம் அரசாங்கங்கள் நிறுவனங்களைக் கண்காணிப்பதற்குப் பதில், அவற்றின் ஆதரவில் அரசாங்கத்தையும் அரசியலையும் நடத்திவருகின்றன. இன்றும் சுற்றுச்சூழலைப் பாதுகாக்கப் பல சட்டங்கள் இருக்கின்றன. ஆனால், அவை அனைத்தும் காட்சிப் பொருள்கள் போல இருக்கின்றனவேயன்றி செயல்பாட்டில் இல்லை என்பதைக் களச் செயல்பாட்டாளர்கள் சுட்டிக்காட்டி வருகின்றார்கள்.

செய்ய வேண்டியவை

ஒன்றிய, மாநில அரசுகள் சட்டம் இயற்றுவதில் காட்டும் தீவிரத்தைச் சட்டங்களை நடைமுறைப்படுத்துவதிலும் காட்ட வேண்டும். அதேவேளையில் இந்தச் சூழலியல் பற்றிய விழிப்புணர்வை மக்கள் இயக்கமாக உருவாக்கி, போர்க்கால அடிப்படையில் செயல்பட்டாக வேண்டும்.

இதற்கான செயல்பாடுகளை நகரங்களிலும் கிராமங்களிலும் நகராட்சிகளும், கிராமப் பஞ்சாயத்துகளும் திட்டமிட்டுச் செய்யவேண்டும். என்னென்ன செயல்பாடுகள் என்பதைப் பட்டியலிட்டு உள்ளாட்சிகளைக் களத்தில் இறக்கிச் செயல்பட வைக்கவேண்டும்.

அதேபோல, பொதுமக்கள் தங்கள் அன்றாடச் செயல் பாடுகளில் என்னென்ன மாற்றங்களைக் கொண்டுவர வேண்டும் என்பதையும் பட்டியலிட்டு, அவர்களிடம் எடுத்துச் சொல்லி, அவர்களைச் செயல்பட வைக்க வேண்டும்.

உள்ளாட்சியின் பங்கு பணி

உள்ளாட்சி அரசாங்கம், தன்னார்வலர்கள், தொண்டு நிறுவனங்கள், உயர்கல்விச் சாலைகள் போன்றவை இந்தப் பணிகள் அனைத்தையும் செயல்படுத்த வேண்டும். போரில் இருக்கும் நாடு எப்படிச் செயல்படுமோ அப்படித் தீவிரமான நடவடிக்கைகளை மேற்கொண்டு மக்களைத் தயார்படுத்த வேண்டும். கிராமங் களிலும் நகரங்களிலும் கட்டடங்கள் கட்டும் தொழில்நுட்பங் களில் மாற்றம் செய்ய வேண்டும். அப்படிச் செய்வதன் மூலம் குளிர்சாதன வசதிகளைக் குறைத்திட வேண்டும். வீடுகளிலும், தொழிற்சாலைகளிலும், கிராமங்களிலும், நகரங்களிலும் பசுமைச் சூழலை உருவாக்கி பிராணவாயு உற்பத்தியை அதிகரிக்கச் செய்ய வேண்டும். நாம் பயன்படுத்தும் மின்சார உற்பத்தியிலும் மாற்று வழிமுறைகளைக் கொண்டு வரலாம். நமது நகரங்களிலும், கிராமங்களிலும், வீடுகளிலும் இதைப் போல ஆக்கப்பூர்வமான செயல்பாடுகள் மேற்கொள்ளப்பட வேண்டும்.

சுற்றுச்சூழல் பாதுகாப்புக்கு அரசும் மக்களும் இணைந்து செயல்பட வேண்டிய நேரம் இது. அதுதான் இன்றைய முக்கியத் தேவைகூட.

10

உள்ளாட்சியும் தொழிலாளர்களும்

இராமேஸ்வரம் நகராட்சி சமீபத்தில் ஓர் அறிக்கையை வெளியிட்டிருந்தது. அதில், வெளிமாநிலத்திலிருந்து வந்து அந்த நகரில் குடியிருப்போரும் பல்வேறு நிறுவனங்களில் பணி செய்வோரும் 2022ஆம் ஆண்டு ஜூன் 15க்குள் தங்களைப் பதிவு செய்துகொள்ள வேண்டும் எனவும், தவறினால் அவர்களைப் பணியில் அமர்த்தி யிருக்கும் நிறுவனங்கள் மீது நடவடிக்கை எடுக்கப்படும் என்றும் குறிப்பிடப்பட்டிருந்தது. இந்த அறிக்கையைச் சமூக ஊடகங்களில் பலர் பகிர்ந்து, இதுபோல அனைத்து உள்ளாட்சி களிலும் அதாவது எல்லா நகராட்சி, மாநகராட்சி, நகரப் பஞ்சாயத்து போன்ற வற்றிலும் அறிக்கை வெளியிட்டு, வெளிமாநிலத்தவர்கள் எவ்வளவு பேர் நம் மாநிலத்தில் பணிபுரிகின்றனர் என்பதைக் கணக்கு எடுத்துவிட வேண்டும் என்று விவாதத்தைத் தொடங்கி விட்டனர். இந்தச் செய்தி பரப்பப்படும் விதம் சில சந்தேகங்களை ஏற்படுத்துகிறது.

இந்தக் கணக்கெடுப்பு வரவேற்கத்தக்கதுதான். ஏனென்றால், ஒவ்வொரு கிராமத்திலும் நகரத்திலும் வெளியூரிலிருந்து வந்து தங்கி பணிகள் செய்துகொண்டிருப்போரைக் கணக்கெடுத்துப் பதிவுசெய்து வைத்துக்கொள்வது கிராம, நகர மேம்பாட்டைத் திட்டமிடுவதற்கு மிகவும் இன்றியமையாததாகும். இந்தத் தரவுகள் கிராமத்தைத் தூய்மையாக, பாதுகாப்பாக, அமைதியாக, ஆரோக்கியமாக வைக்கவும் அனைவருக்கும் அனைத்து அடிப்படை வசதிகளையும் செய்து கொடுக்கவும் பயன்படும்.

இந்தியாவில் பிறந்த எந்தவொரு மனிதரும், அவருக்கு எங்குப் பணி வாய்ப்பு இருக்கிறதோ அங்குச் சென்று பணிசெய்ய எந்தத் தடையும் கிடையாது. அப்படிப் பணி செய்யச் செல்லுகின்ற போது, அவர்கள் பணி செய்கின்ற இடங்களில் அவர்களுக்குத் தேவையான அனைத்து அத்தியாவசிய வசதிகளையும் அவர்களைப் பணியமர்த்துவோர் செய்து தந்தாக வேண்டும். அதைத்தான் அரசமைப்புச் சட்டமும் தொழிலாளர் நலச் சட்டமும் வலியுறுத்து கின்றன. இதன் அடிப்படையில் புலம்பெயர்ந்து தொழிலாளர் களாகப் பணி செய்வோருக்கு அடிப்படை வசதிகளைச் செய்து கொடுக்கத் தவறினால், அவர்களை அந்த நிறுவனங்கள் கொத்தடிமை களாகத்தான் வைத்திருப்பதாகப் பொருள் கொள்ள வேண்டும். எனவே, பணியாற்ற வருகின்றவர்களுக்குத் தேவையான அடிப்படை வசதிகளை அந்தந்த நிறுவனம் செய்து கொடுக்க வேண்டும்.

அடுத்து, அவர்களுக்குத் தேவையான பொதுவசதிகளை உள்ளாட்சிகள் செய்து கொடுக்க வேண்டும். அப்படித் தொழிலாளர் களைப் பணியமர்த்தும் தனியார் நிறுவனங்களும் உள்ளாட்சிகளும் தொழிலாளர்களுக்குத் தேவையான அடிப்படை வசதிகள் அனைத்தையும் செய்து கொடுத்துவிட்டால், அனைவரும் மதிப்புமிக்க வாழ்க்கையை வாழ்வார்கள்.

சில மாதங்களுக்கு முன் தமிழக அரசின் பொருளாதார ஆலோசகர்களில் ஒருவரான ஜான் ட்ரீஸ் தமிழகம் வந்தபோது, அவரிடம் 'தமிழக அரசுக்கு என்ன ஆலோசனை வழங்கப் போகிறீர்கள்?' என்று ஒரு ஊடகவியலாளர் கேட்டபோது அவர் பின்வருமாறு கூறினார்.

> அதிக எண்ணிக்கையிலான வெளிமாநிலத்தவர் பணியாற்றி வருகிற மகாராஷ்டிரம், தமிழ்நாடு, தில்லி போன்ற மாநிலங்களில் கொரோனா பெருந்தொற்றுப் பரவியபோது இந்தத் தொழிலாளர்கள் அனுபவித்த சிரமங்களை நாம் பார்த்தோம். அவர்களைப் பணியமர்த்திய நிறுவனங்கள் எந்த உதவியும் செய்யாமல், அவர்களை வீதியில் விட்டுவிட்டனர். அந்த நேரத்தில் எந்த நகரத்தில் எவ்வளவு பேர் இருந்தார்கள், எந்தக் நிறுவனத்தில் எவ்வளவு பேர் இருந்தார்கள் என்கிற எந்த விவரமும் கிடைக்கவில்லை. எனவே, தமிழகம் இந்தப்

புலம்பெயர் தொழிலாளர்களைப் பணியாற்ற வைக்கும்போது, அவர்களும் இந்தியக் குடிமக்கள் என்ற பார்வையுடன் எல்லா அடிப்படை வசதிகளையும் அவர்களுக்குச் செய்து கொடுக்க வேண்டும் என்று கூறுவேன்.

அந்தத் தொழிலாளர்கள் பணிசெய்ய வந்துள்ளார்கள்; சிலர் தொழில் செய்யவும் வந்திருக்கலாம். அது ஒன்றும் தேசத் துரோகக் குற்றமல்ல. அவர்களும் இந்தியக் குடிமக்கள்தான். இந்தியாவிற்குள் எங்கு வேண்டுமானாலும் அவர்கள் பணி செய்யலாம்.

பணியாளர் தேவை இருப்பதால்தான் அவர்கள் இங்கு அழைத்து வரப்பட்டுள்ளனர். அவர்களில் சிலர் குற்றம் புரியலாம். அவர்களை முறையாக விசாரித்து, தண்டனை பெற்றுக் கொடுக்கலாம். யாரோ ஒருவர் தவறு செய்துவிட்டால், வெளி மாநிலத்தவர் அனைவரும் அப்படித்தான் இருப்பார்கள். அவர்களை வெளியேற்ற வேண்டும் என்பது ஒரு தவறான கருத்து. இங்கு இருப்பவர்கள் அனைவரும் தவறே செய்யாதவர்கள் போலவும், வெளி மாநிலத்தவர்கள் மட்டும்தான் தவறு செய்கின்றார்கள் என்றும் சித்திரிப்பது ஒரு முறையற்ற பார்வை.

உள்ளாட்சிகளில் பதவிகளுக்கு வந்துள்ள மக்கள் பிரதிநிதிகள் முதலில் செய்ய வேண்டியது, வெளிமாநிலங்களிலிருந்து வந்து பணியாற்றுகின்றவர்களை 1979ஆம் ஆண்டு மாநிலங்களுக் கிடையிலான புலம்பெயர் தொழிலாளர் சட்டத்தின் அடிப்படையில், உள்ளாட்சியில் பதிவு செய்து, அதை ஒன்றிய-மாநில அரசுகளுக்கு அனுப்ப வேண்டும்.

இந்தச் சட்டப்படி வெளிமாநிலப் பணியாளர்களைப் பணி செய்ய வைத்திருக்கும் நபரோ, நிறுவனமோ அவர்களுக்கு அனைத்து வசதிகளும் செய்து கொடுக்க வேண்டும். அவர்கள் நலன்கள் அனைத்தும் பேணப்பட வேண்டும். மக்களின் நலம் காக்கச் சட்டம் இயற்றுவதில் இந்தியாவை எவரும் வெல்ல இயலாது. அதேபோல், இயற்றிய சட்டத்தை மிகவும் மோசமாக அமல்படுத்துவதிலும் இந்தியாவை வெல்ல இயலாது. அது மட்டுமல்ல நம் நாட்டில் சட்டத்தின்படி ஆட்சி என்பதைவிட ஆட்சியில் இருப்போர் சொல்வதுதான் சட்டம் என்ற நிலையை நாம் பார்த்து வருகின்றோம்.

பொதுமக்களைச் சட்டத்திற்குக் கட்டுப்பட்டு நடக்க வேண்டும் என்றோ, சட்டத்தை மதிக்க வேண்டும் என்றோ நாம் பழக்க வில்லை. மக்களாட்சியில் சட்டத்தைக் கடைப்பிடிப்பதை ஒரு நாடு கலாச்சாரமாகக் கொள்ள வேண்டும். ஆனால், நம் நாட்டில் சட்டத்தை மீறுவதை ஒரு கலாச்சாரமாக உருவாக்கி வைத்துள்ளோம். நம் சமுதாயத்தில் நடைமுறையில் இருக்கும் பழக்க வழக்கங்களைப் பார்த்தாலே நாம் சட்டத்தை எப்படி மதிக்கிறோம் என்பதைப் புரிந்துகொள்ளலாம். 'எங்கள் கோயிலுக்குள் நீ எப்படி வந்தாய்?', 'எங்கள் வீதிக்குள் நீ எப்படி வந்தாய்?' என ஒரு குறிப்பிட்ட பிரிவு மக்களை அடித்து உதைத்து, தண்டனை கொடுக்கும் நிகழ்வுகளைப் பார்த்து வருகின்றோம். நம் நாட்டில் இவ்வளவு தொழிலாளர் நலச் சட்டங்கள் இருந்தும் புலம்பெயர்ந்த தொழிலாளர்களைக் பெருந்தொற்றுக் காலத்தில் நம்மால் காக்க முடியவில்லையே. குறிப்பாக,1979ஆம் ஆண்டு மாநிலங்களுக்கிடையே புலம்பெயர் தொழிலாளர் நலச் சட்டம் இருந்தும் செயல்படவில்லையே.

சட்டத்தை மீறுபவர்கள் ஏழைகள் அல்ல. சட்டத்தை நாம் மீறலாம், அப்படி மீறுவதால் நம்மீது நடவடிக்கை பாய்ந்தாலும் சமாளிக்கலாம் என்று செயல்படுவது மேல்தட்டு மக்களே. அடுத்து, சட்டத்தை இயற்றும் அரசாங்கமே அந்தச் சட்டத்தை மீறிச் செயல்படும். அப்படித்தான் புலம்பெயர் தொழிலாளர் நலச் சட்டமும் மீறப்பட்டது. அமல்படுத்த வேண்டிய அரசாங்கமே அதைச் செய்யவில்லை.

எந்தவொரு மூலதனமும் உழைப்பின் மூலம்தான் இலாபத்தைக் கொண்டுவரும். இன்று ஒரு புதுக் கருத்தின் அடிப்படையில், மூலதனம் போட்ட அரசின் வங்கிக்கும் இலாபத்தில் பங்கீடு கிடையாது. உழைத்த தொழிலாளிக்கும் முறையான பங்கீடு கிடையாது. அதற்குப் பதிலாக அதை நிர்வாகம் செய்த தலைவருக்கும் மேலாளருக்கும் மாதத்தில் பல கோடி ரூபாய் சம்பளம் தருவது நியாயப் படுத்தப்பட்டுவிட்டது. இதற்கான எந்தப் பொது விவாதமும், எந்தப் பொதுத் தளத்திலும், அறிவுத் தளத்திலும் நிகழ்த்தப்படவில்லை. அதுமட்டுமல்ல, வங்கியில் கடன் வாங்கித் தொழில் செய்யும் நிறுவனம் இலாபமீட்டாத நிலையில், கடன் வாங்கிய முதலாளியின் சொத்தைப் பாதுகாக்கவும்

சட்டம் வந்துவிட்டதே. முதலாளியைப் பாதுகாக்கச் சட்டங்கள் இருக்கின்றன. தொழிலாளியைப் பாதுகாக்க சட்டங்கள் இருந்தும் பயனில்லை.

அதுமட்டுமல்ல, ஐநாவின் மனித உரிமை ஆணையம், தேசமற்று, அடையாளமற்றுத் திரிபவர்களை எப்படி மனிதாபி மானத்துடன் நடத்த வேண்டும் என்பது குறித்தும் அவர்களுக்கு எப்படி உதவ வேண்டும் என்பது குறித்தும் விளக்கியுள்ளது. மேலும் முன்னணி நாடுகள் பலவும் இந்தப் பிரச்சினையை எப்படிக் கையாண்டு முன்னுதாரணமாக விளக்குகின்றன என்பதையும் ஒரு விளக்கக் கையேடாக உருவாக்கி, நாடாளுமன்ற உறுப்பினர்களுக்கும், சட்டப் பேரவை உறுப்பினர்களுக்கும் அளித்துள்ளது. நம் அரசியல்வாதிகளும் அதிகாரிகளும் அதைப் படித்தால், நாம் எப்படிச் சட்டத்தின் மூலம் மனிதாபிமானத்தைக் கடைப்பிடித்து, பணிகளுக்காக நாடுவிட்டு நாடு செல்பவர் களையும், மாநிலம் விட்டு மாநிலம் செல்பவர்களையும், மாவட்டம் விட்டு மாவட்டம் செல்பவர்களையும் நடத்த வேண்டும் என்பதைப் புரிந்துகொள்ளலாம் ஒருவர் ஒரு பணிக்காக ஒரு நாட்டைவிட்டு, மற்றொரு நாட்டுக்குச் செல்வது எந்த வகையிலும் தேச விரோதம் அல்ல.

சட்ட விதிமுறைகளுக்கு உட்பட்டுச் செல்பவர்களை உதாசீனப் படுத்துவதும், குற்றம் செய்தவர்களைப் போல அவர்கள் மீது நடவடிக்கை எடுப்பதும் தவறாகும். இந்தப் புரிதல் அனைவருக்கும் வரவேண்டும். அதே நேரத்தில் ஒரு நல்ல ஆளுகையைத் தரும் மாநிலம், தொழிலாளர்கள் பற்றிய முழுத் தரவுகளையும் சேகரித்து வைத்துக்கொள்வதோடு, அவர்களின் நலம் பேண நடவடிக்கை எடுக்கவேண்டியதும் மிகவும் முக்கியம். எனவே நம் உள்ளாட்சிகள் அனைத்தும் வெளிமாநிலத்தவர் குறித்த அடிப்படை புள்ளி விவரங்களைச் சேகரித்து, அவர்களின் மேம்பாட்டுக்கும் மட்டுமல்ல, அந்த நகரத்தின் அனைத்துத் தொழிலாளிகள், ஏழை, எளிய மக்கள் அனைவரின் மேம்பாட்டிற்கும் பணியாற்ற வேண்டும்.

பின்னிணைப்பு

இந்திய அரசமைப்புச் சட்டத்தின் 74ஆவது திருத்தம்-1992

1. சிறுதலைப்பும் தொடக்கமும்

1. இந்தச் சட்டம் அரசமைப்பு (74ஆவது திருத்தச்) சட்டம், 1992 என அழைக்கப்படும்.
2. இந்தச் சட்டம் ஒன்றிய அரசு அதிகாரபூர்வமான அரசு அரசிதழில் வெளியிடும் அறிவிக்கையில் வெளியிடப்படும் நாளிலிருந்து நடைமுறைக்கு வரும்.

புதிய பகுதி IX-யைச் சேர்த்தல்

அரசமைப்புச் சட்டத்தில் பகுதி VIII-க்குப் பிறகு பின்வரும் பகுதி சேர்க்கப்பட வேண்டும்.

பகுதி IXA-நகராட்சிகள்

243 P விளக்கங்கள்

1. இந்தப் பகுதியில் வேறுவகையில் சொல்லப்பட்டிருந்தாலன்றி,
   a. 'குழு' என்றால் பிரிவு 243-S இல் அமைக்கப்படும் குழுவைக் குறிக்கும்.
   b. 'மாவட்டம்' என்றால் ஒரு மாநிலத்தின் மாவட்டத்தைக் குறிக்கும்.
   c. பெருநகரப் பகுதி என்றால் அரசால் பொது அறிவிக்கை மூலம் குறிக்கப்பெறும் இரண்டு அல்லது அதற்கு மேற்பட்ட நகராட்சியும் அல்லது பஞ்சாயத்துக்கள் அல்லது ஒன்றுக்கொன்று தொடர்புடைய பகுதிகள் கொண்ட ஒன்று அல்லது ஒன்றிற்கு மேற்பட்ட மாவட்டங்களைக் கொண்டு பத்து இலட்சம் அல்லது அதற்கு அதிகமான மக்கள் தொகையுடைய ஒரு பகுதியைக் குறிக்கும்.

d. நகர்மன்றப் பகுதி என்றால் ஆளுநரால் அறிவிக்கக்கூடிய நகராட்சிப் பகுதியைக் குறிக்கும்.

e. 'நகராட்சி' என்றால் பிரிவு 243-Qஇன்படி தன்னாட்சிப் பகுதியாக அமைக்கப்படும் ஒரு நிறுவனத்தைக் குறிக்கும்.

f. 'பஞ்சாயத்து' என்றால் பிரிவு 243-Bஇன்படி அமைக்கப் படும் பஞ்சாயத்தைக் குறிக்கும்.

g. 'மக்கள்தொகை' என்றால் கடைசியாக எடுக்கப்பட்ட மக்கள்தொகை கணக்கெடுப்பின்படி வெளியிடப்பட்ட மக்கள்தொகையைக் குறிக்கும்.

243 Q - நகராட்சிகளை அமைத்தல்

1. ஒவ்வொரு மாநிலத்திலும் இந்தப் பகுதியில் உள்ள வரைமுறைகளின்படி பின்வரும் தன்னாட்சி நிறுவனங்கள் அமைக்கப்படும்.

   a. கிராமப்புற பகுதியிலிருந்து இடைமாற்றுப் பகுதியாக (Transitional area) மாறக்கூடிய யாதொரு நகர்ப்புறப் பகுதியை (எப்பெயரிலும் அழைக்கக்கூடிய) பேரூராட்சி யாக அமைத்தல்.

   b. யாதொரு சிறிய நகர்ப்புற பகுதியையும் நகராட்சியாக அமைத்தல்.

   c. யாதொரு பரந்த நகர்ப்புற பகுதியையும் மாநகராட்சியாக அமைத்தல்.

ஆனால், யாதொரு நகர்ப்புறப் பகுதி (அ) அப்பகுதியின் பரப்பின் அளவு, நகராட்சியில் வழங்கப்படும் அல்லது வழங்கக்கூடிய சேவைகள் மற்றும் தகுதியைக் கருத்தில் கொண்டு ஆளுநரால் தொழில் நகரியம் எனக் குறித்து அழைக்கக்கூடிய இந்தக் கூற்றின்படி (Clause) நகராட்சி அமைக்கப்படமாட்டாது.

2. இந்தப் பிரிவில் 'இடைமாற்றுப் பகுதி' ஒரு சிறிய நகர்ப்புறப் பகுதி அல்லது ஒரு பரந்த நகர்ப்புறப் பகுதி என்றால், மக்கள்தொகை, மக்கள்தொகை நெருக்கம், உள்ளாட்சி மன்றத்தால் ஏற்படுத்தக்கூடிய வருவாய், வேளாண்மைத் தொழில் அல்லாத பிற தொழில்களால் ஏற்படக்கூடிய வேலை வாய்ப்பின் சதவீதம், பொருளாதார முக்கியத்துவம்,

அல்லது இவைபோன்ற காரணங்களின் அடிப்படையில் ஆளுநர் இந்தப் பகுதியின் பொருட்டு குறித்துரைக்கும் யாதொரு பகுதி எனப்படும்.

243 R - நகராட்சியின் உறுப்பினர்கள் அமைப்பு

1. இந்தப் பிரிவின் கூறு (2)இல் கூறப்பட்டுள்ளதைத் தவிர்த்து நகராட்சிப் பகுதியின் வார்டுகளிலிருந்து நேரடித் தேர்தல் மூலம் தேர்வு செய்யப்படும் நபர்களால் நகராட்சியின் எல்லா உறுப்பினர் பதவியிடங்களும் நிரப்பப்படும். இதன் பொருட்டு நகராட்சிப் பகுதிகள் வார்டுகளாகப் பிரிக்கப்படும்.

2. யாதொரு மாநிலச் சட்டமன்றம் சட்டத்தின் மூலம் பின்வரும் ஏற்பாடுகளைச் செய்யலாம்:

   a. நகராட்சியில் பின்வரும் நபர்களுக்குப் பிரதிநிதித்துவத்தை ஏற்படுத்தலாம்:

   i நகராட்சி நிர்வாகத்தில் அனுபவம் (அ) அறிவுடைய நபர்கள்.

   ii நகராட்சியின் முழுமையான பகுதிக்கும் அல்லது ஒரு பகுதிக்கும் பிரதிநிதிகளாக விளங்கும் நாடாளு மன்றத்தின் (மக்களவை) உறுப்பினர்கள் மற்றும் சட்டப் பேரவையின் உறுப்பினர்கள்.

   iii நகராட்சிப் பகுதியில் வாக்காளராகப் பதிவு செய்துள்ள நாடாளுமன்ற (மாநிலங்கள் அவை) உறுப்பினர்கள்.

   iv பிரிவு 243-S உட்பிரிவு (5)-இன்படி அமைக்கப்படும் குழுக்களின் தலைவர்கள்.

ஆனால் கூறு (i)-இல் குறிப்பிடப்பட்டுள்ள நபர்கள் நகராட்சியின் கூட்டங்களில் வாக்களிக்க உரிமை உடையவர்கள் அல்லர்.

   b. நகராட்சிகளின் தலைவர்களைத் தேர்ந்தெடுக்கும் முறை.

243 S - வார்டுகளை அமைத்தலும் அவற்றின் அமைப்பும்

1. மூன்று இலட்சம் மக்கள்தொகை மற்றும் அதற்கு மேற்பட்ட நகராட்சிகளில் ஒன்றோ அதற்கு மேற்பட்ட வார்டுகளைக் கொண்ட வார்டுகள் குழுக்கள் அமைக்கப்படும்.

2. யாதொரு மாநிலச் சட்டப்பேரவை சட்டத்தின் மூலம்

பின்வரும் ஏற்பாடுகளைச் செய்யலாம்.
- a. வார்டு குழுக்களின் எல்லைப்பகுதி மற்றும் அதன் உறுப்பினர் அமைப்பு.
- b. வார்டு குழுக்களில் உள்ள பதவியிடங்களை நிரப்பப்பட வேண்டிய முறை.

3. யாதொரு நகராட்சியின் வார்டுகள் குழுவின் பகுதியிலுள்ள வார்டு உறுப்பினர்கள் அந்த வார்டுகள் குழுவின் உறுப்பினர்.

4. யாதொரு வார்டுகள் குழுவில்,
   - a. ஒரு வார்டு மட்டுமே அடங்கியிருந்தால், அந்த வார்டின் பிரதிநிதியாக விளங்கும் உறுப்பினரே அக்குழுவின் தலைவராக இருப்பார்.
   - b. இரண்டு அல்லது அதற்கு மேற்பட்ட வார்டுகள் இருந்தால் அந்த வார்டுகளின் பிரதிநிதிகளாக இருக்கும் உறுப்பினர்கள் இடையே தேர்ந்தெடுக்கப்படும் ஒரு உறுப்பினர் அந்த வார்டுகள் குழுவின் தலைவராக இருப்பார்.

5. யாதொரு மாநிலச் சட்டப் பேரவையானது, வார்டு குழுக்களுடன் கூடுதலான குழுக்களை அமைப்பதற்கான ஏற்பாடுகள் செய்வதை இந்தப் பிரிவிலுள்ள வகை முறைகள் எதுவும் தடை செய்வதாகக் கருதப்படக் கூடாது.

243 T - இடஒதுக்கீடு

1. ஒவ்வொரு நகராட்சியிலும், அந்த நகராட்சியில் நேரடியான தேர்தல் மூலம் நிரப்பப்பட வேண்டிய மொத்த உறுப்பினர் இடங்களில் அந்த நகராட்சிப் பகுதியின் மொத்த மக்கட் தொகைக்கு அந்த நகராட்சிப் பகுதியிலுள்ள பட்டியல் சாதியினர் அல்லது பட்டியல் பழங்குடியினர் மக்கள் தொகைக்கும் இடையேயுள்ள விகிதத்திற்குக் கிட்டத்தட்ட இயலுமளவில், பட்டியல் சாதியினர் மற்றும் பட்டியல் பழங்குடியினருக்கு இடஒதுக்கீடு செய்யப்பட வேண்டும். மேலும் அத்தகைய இடங்கள் நகராட்சிப் பகுதியிலுள்ள வெவ்வேறு வார்டுகளுக்குச் சுழற்சி முறையில் ஒதுக்க வேண்டும்.

2. கூறு (1)இன்படி பட்டியல் சாதியினர் அல்லது பட்டியல்

பழங்குடியினருக்கு ஒதுக்கப்பட வேண்டிய இடங்களில் மூன்றில் ஒரு பங்கிற்குக் குறையாத அளவில் அந்த இனங்களின் பெண்களுக்கு ஒதுக்கப்பட வேண்டும்.

3. யாதொரு நகராட்சியில் நேரடியாகத் தேர்ந்தெடுக்கப்பட வேண்டிய உறுப்பினர்களின் மொத்த இடங்களில் மூன்றில் ஒரு பங்கிற்குக் குறையாத அளவில் (பட்டியல் சாதியினரைச் சேர்ந்த பெண்களுக்கும் பட்டியல் பழங்குடியினரைச் சேர்ந்த பெண்களுக்கும் ஒதுக்கக்கூடிய இடங்களில் உள்பட) பெண்களுக்கு இடங்கள் ஒதுக்கப்பட வேண்டும். மேலும் அத்தகைய இடங்கள் நகராட்சியின் வெவ்வேறு வார்டுகளுக்கும் சுழற்சி முறையில் ஒதுக்க வேண்டும்.

4. நகராட்சிகளின் தலைவர் பதவிகளில் பட்டியல் சாதியினர், பட்டியல் பழங்குடியினர் மற்றும் பெண்களுக்கு, மாநிலச் சட்டப் பேரவையினால் இயற்றப்படும், சட்டத்தின் மூலம் நிர்ணயம் செய்யக்கூடிய முறையில் இடஒதுக்கீடு செய்ய வேண்டும்.

5. பிரிவு 334இல் குறிப்பிடப்பட்டிருக்கும் கால அளவு முடியும் வரை கூறுகள் (1) மற்றும் (2)இலும், கூறு (4)இல் தலைவர் பதவிகளிலும் செய்யப்படும் இடஒதுக்கீடு (பெண்களுக்குச் செய்யப்பட்ட இடஒதுக்கீட்டைத் தவிர்த்து) செல்லுபடி யாகக்கூடிய காலம் முடியும் வரையும் மட்டுமே இருக்கலாம்.

6. யாதொரு மாநிலச் சட்டப் பேரவை, பிற்படுத்தப்பட்ட வகுப்பினர்களுக்காக யாதொரு நகராட்சியின் உறுப்பினர் பதவியிடங்களிலோ நகராட்சிகளின் தலைவர்கள் பதவியிடங் களிலோ இடஒதுக்கீடு செய்வதை இந்தப் பகுதியிலுள்ள எந்த ஏற்பாடும் தடை செய்யாது.

243 U - நகராட்சிகளின் பதவிக்காலம்

1. ஒவ்வொரு நகராட்சியும், அவ்வப்போது நடைமுறையில் உள்ள யாதொரு சட்டத்தின்படி கலைக்கப்பட்டாலன்றி, அதன் முதல் கூட்டம் நடைபெற நியமிக்கப்பட்ட தேதியி லிருந்து ஐந்து ஆண்டுகள் வரை பதவியில் இருக்கும்.

2. எந்தவொரு சட்டத்தின் கீழ் இயங்கும் எந்த நிலையிலும்

உள்ளதொரு நகராட்சியும் தற்போது அமலில் உள்ள எந்த ஒரு சட்டத்திற்கும் செய்யப்படக்கூடிய சட்டத்திருத்தமும், கூறு (1)இல் குறிப்பிடப்பட்டிருக்கும் கால அளவு முடியும் வரை யாதொரு நகராட்சியையும் கலைக்கத் தேவையில்லை.

3. **நகராட்சியை அமைப்பதற்கான தேர்தல்**
   a. கூறு (1)-இல் குறிப்பிடப்பட்டிருக்கும் கால அளவு முடிவடைவதற்கு முன்னரே தேர்தல் நடத்தி முடிக்க வேண்டும்.
   b. அது கலைக்கப்பட்டால், கலைக்கப்பட்ட தேதியிலிருந்து ஆறுமாத காலம் முடிவடைவதற்கு முன்னரே தேர்தல் நடத்தி முடிக்க வேண்டும்.

ஆனால் கலைக்கப்பட்ட நகராட்சி, அது தொடர்ந்திருக்கக் கூடிய காலத்தின் எஞ்சிய பகுதியின் கால அளவு, ஆறு மாதத்திற்குள்ளே இருக்குமானால் அத்தகைய எஞ்சியிருக்கக்கூடிய கால அளவிற்காக இந்தக் கூற்றின் கீழ் அந்த நகராட்சியை அமைப்பதற்கான தனியான தேர்தலை நடத்த வேண்டுமென்பதில்லை.

4. ஒவ்வொரு நகராட்சியும் அதனுடைய ஆயுட்காலம் முடியும் முன்னர் கலைக்கப்பட்ட பிறகு மீண்டும் அமைக்கப்பட்டால், அது கலைக்கப்படாமல் இருந்திருந்தால் கூறு (1)-இன்படி அது எவ்வளவு காலம் தொடர்ந்து இருந்திருக்குமோ அத்தகைய காலம் முடியும் வரை மட்டுமே அது தொடர்ந்து இருக்கும்.

243 V - உறுப்பினர் பதவிக்காலமும் தகுதியின்மையும்

1. எந்தவொரு நகராட்சிக்கும் உறுப்பினராகத் தேர்வு பெறுவதற்கும் தொடர்ந்து உறுப்பினராக இருப்பதற்கும், தற்போது நடைமுறையிலுள்ள யாதொரு சட்டத்தின் படியோ சட்டத்தின் கீழோ அந்த மாநிலத்தின் சட்டமன்றத் தேர்தலில் நிற்பதற்குத் தகுதியைப் பெற்றிராத யாதொரு நபரும் நகராட்சி தேர்தலில் நிற்பதற்குத் தகுதியைப் பெற்றிருக்க மாட்டார்.

ஆனால், இருபத்தொரு வயதைப் பூர்த்தியடைந்த எவரும் அவர் இருபத்தைந்து வயதிற்குக் குறைவாக இருப்பதன் காரணத்தால் தகுதியைப் பெற்றிராதவராக மாட்டார்.

   a. அந்த மாநிலச் சட்டப் பேரவையினால் இயற்றப்பட்ட

சட்டத்தால் தகுதியின்மை செய்யப்பட்ட எந்தவொரு நபரும் தகுதியைப் பெற்றிருக்க மாட்டார்.

2. யாதொரு நகராட்சியின் உறுப்பினர் ஒருவர் கூறு (1)இல் குறிப்பிடப்பட்டிருக்கும் வரைமுறைகளின்படி தகுதியின்மைகளுக்கு ஆளாகிவிட்டதைக் குறித்துப் பிரச்சினை எழுமாயின், மாநிலச் சட்டமன்றம் ஏற்படுத்தும் சட்டத்தில் வகை செய்யும் அதிகார அமைப்பிற்கு அந்தப் பிரச்சினையை முடிவு செய்வதன் பொருட்டு அனுப்பப்பட வேண்டும்.

243 W – நகராட்சிகளின் அதிகாரங்கள், அமைப்பு, பொறுப்புக்கள்

அரசமைப்புச் சட்டத்தின் ஏற்பாடுகளுக்குட்பட்டு மாநிலச் சட்டப் பேரவை சட்டத்தின் மூலம் பின்வருவனவற்றை அளிக்கலாம்.

a. நகராட்சிகள் தன்னாட்சி நிறுவனங்களாக இயங்குவதற்கு எவ்வளவு அதிகாரங்களும் அதிகார அமைப்புகளும் தேவையோ அவ்வளவையும் அளிக்கலாம். மேலும் அத்தகைய சட்டம் பின்வருபவை தொடர்பாகக் குறித்துரைக்கக் கூடிய நிபந்தனைகளுடன் அதிகாரங்களையும் மற்றும் பொறுப்புகளையும் ஒப்படைக்க ஏற்பாடுகளைச் செய்துகொள்ளலாம்.

   i பொருளாதார முன்னேற்றம் மற்றும் சமூகநீதியின் பொருட்டுத் திட்டங்களைத் தயாரித்தல்.

   ii பன்னிரண்டாவது அட்டவணையில் பட்டியலிடப் பட்டிருக்கும் பொருள்கள் உள்பட ஒப்படைக்கக்கூடிய அலுவல்கள் மற்றும் திட்டங்களை நிறைவேற்றுதல்.

b. குழுக்களுக்குப் பன்னிரெண்டாவது அட்டவணையில் இருக்கும் பொருள்கள் உள்பட அவற்றுக்கு வழங்கப்படும் பொறுப்புகளை நிறைவேற்ற வேண்டி தேவைப்படும் அதிகாரங்கள் மற்றும் அதிகார அமைப்பை அளிக்கலாம்.

243 X – வரிகளை விதிக்கவும் நிதிகளை உருவாக்கவும் நகராட்சிகளுக்கு உள்ள அதிகாரங்கள்

மாநிலச் சட்டமன்றம், பின்வருபவை குறித்த ஏற்பாடுகளின் பொருட்டுச் சட்டம் இயற்றலாம்.

a. உரிய வரிகள், தீர்வைகள், சுங்கக் கட்டணம், கட்டணங்கள்

ஆகியவற்றை உரிய முறையில் உரிய கட்டுப்பாடுகளுக்கு உட்பட்டு விதித்து வசூல் செய்து, பயன்படுத்துவதற்கு நகராட்சிகளுக்கு அதிகாரமளித்தல்.

b. மாநில அரசு விதித்து வசூலிக்கும் வரிகள், தீர்வைகள், சாலைச் சுங்கக் கட்டணங்கள், கட்டணங்களில் உரியதை உரிய நிபந்தனைகள் மற்றும் வரையறைகளுக்குட்பட்டு நகராட்சி களுக்கு ஒதுக்குதல்.

c. மாநிலத்தின் தொகுப்பு நிதியிலிருந்து நகராட்சிகளுக்கு உதவி மானியங்களை வழங்க ஏற்பாடு.

d. நகராட்சிகளால் (அ) நகராட்சிகள் சார்பாகப் பெறப்படும் தொகைகளைச் செலுத்துவதன் பொருட்டும் (crediting) உரிய தொகைகளைத் திரும்பப் பெறுவதற்கும் (withdrawals) நிதிகளை அமைத்தல்.

243 Y - நிதி ஆணையம்

பிரிவு 243-1இன்படி அமைக்கப்பெறும் நிதி ஆணையம் நகராட்சி களின் நிதி நிலைமையை ஆய்வு செய்து ஆளுநருக்குப் பின்வரும் பரிந்துரைகளைச் செய்ய வேண்டும்.

a. பின்வருவனவற்றைப் பற்றிக் கையாளப்பட வேண்டிய கொள்கைகள்:

   i அரசால் விதித்து வசூல் செய்யப்பட்ட வரிகள், தீர்வைகள், சாலைச் சுங்கக் கட்டணங்கள் மற்றும் கட்டணங்களின் நிகரத் தொகைகளில் இந்தப் பகுதியின் கீழ் மாநிலம் மற்றும் நகராட்சிகளுக்கிடையே விநியோகம் செய்வதன் பொருட்டுப் பிரித்துக் கொடுத்தல், மற்றும் எல்லா நிலை களிலும் உள்ள நகராட்சிகளுக்கிடையேயும் இத்தகைய தொகைகளில் அவற்றுக்குரிய பங்கை ஒதுக்கீடு செய்தல்.

   ii நகராட்சிக்கு ஒதுக்கீடு செய்யத்தக்க (அ) நகராட்சிகளால் உபயோகத்திற்கான வரிகள், தீர்வைகள், சாலைச் சுங்கக் கட்டணங்கள் மற்றும் பிற கட்டணங்களை நிர்ணயம் செய்தல்.

   iii மாநிலத்தின் தொகுப்பு நிதியிலிருந்து நகராட்சிகளுக்கு வழங்கத்தக்க உதவி மானியங்கள்.

b. நகராட்சிகளின் நிதிநிலையை மேம்படுத்துவதற்கான நடவடிக்கைகள்.

(2) இந்தப் பிரிவின்படி ஆணையத்தால் செய்யப்படும் ஒவ்வொரு பரிந்துரையையும் அதன்மீது எடுத்த நடவடிக்கை யைக் குறித்துக் குறிப்பாணையுடன் மாநில சட்ட மன்றத்தின் முன்பு வைப்பதற்கு ஆளுநர் ஏற்பாடு செய்ய வேண்டும்.

243 Z - நகராட்சிகளின் கணக்குகளில் தணிக்கை

நகராட்சிகளால் கணக்குகளைப் பராமரித்து வருதல் மற்றும் அத்தகைய கணக்குகளைத் தணிக்கை செய்தல் தொடர்பான ஏற்பாட்டை மாநில சட்டப் பேரவை மூலம் சட்டம் இயற்றலாம்.

243-ZA நகராட்சிகளின் தேர்தல்கள்

1. நகராட்சிகளின் தேர்தல்கள் சம்பந்தமான மேற்பார்வை வாக்காளர் பட்டியல்கள் தயாரிப்பு சம்பந்தமான கட்டளை மற்றும் கட்டுப்பாடு தேர்தல்களை நடத்துதல் அனைத்தும் பிரிவு 243-Kஇல் குறிப்பிடப்பட்டிருக்கும் மாநிலத் தேர்தல் ஆணையத்தைச் சேரும்.
2. அரசியல் அமைப்புச் சட்டத்திற்கு உட்பட்டு நகராட்சிகளில் தேர்தல்கள் சார்பாக.

அ. சம்பந்தமாக எல்லாவற்றிற்குமான ஏற்பாட்டை மாநில சட்டமன்றம் சட்டம் இயற்றலாம்.

243 ZB - யூனியன் பிரதேசங்களுக்குச் செயல்படுத்துதல்

இந்தப் பகுதியின் ஏற்பாடுகள் யூனியன் பிரதேசங்களுக்கும் முழுவதுமாகப் பொருந்தும். அவ்வாறு செயற்படுத்துதலில் மாநில ஆளுநரைப் பற்றிய குறிப்புகள் அரசியல் அமைப்புச் சட்டம் 239இன்படி நியமிக்கப்பட்ட யூனியன் பிரதேச நிர்வாகிக்கும் பொருந்தும். மாநில அரசின் சட்டப்பேரவை அல்லது சட்டசபை பற்றிய குறிப்புகள் சட்டசபையுடைய யூனியன் பிரதேசத்தின் சட்டசபையைக் குறிக்கும்.

ஆனால் குடியரசுத் தலைவர் பொது அறிவிக்கை மூலம் அந்த அறிவிக்கையில் அரசால் குறித்துரைக்கப்படும் விதிவிலக்குகள்

மற்றும் மாறுதல்களுக்குட்பட்டு இந்தப் பகுதியின் ஏற்பாடுகளை யூனியன் பிரதேசத்திற்கோ அதன் ஒரு பகுதிக்கோ பொருத்தி கட்டளையிடலாம்.

243 ZC - சில பகுதிகளுக்குப் பொருந்தாமை

1. இந்திய அரசமைப்புச் சட்டம் பிரிவு 244இன் கூறு (1)இல் குறிப்பிடப்பட்டுள்ள அட்டவணைப் பகுதிக்கும் கூறு (2)இல் குறிப்பிடப்பட்டிருக்கும் மலைப் பகுதிகளுக்கும் இந்தப் பாகத்தில் (பார்ட்) உள்ளது எதுவும் பொருந்தாது.
2. மேற்கு வங்க மாநிலத்தின் டார்ஜிலிங் மாவட்டத்திலுள்ள மலைப்பிரதேசங்களுக்குத் தற்போது நடைமுறையிலுள்ள சட்டத்தின் கீழ் அமைக்கப்பட்ட டார்ஜிலிங் கோர்க்காமலை கவுன்சிலின் அலுவல்கள் மற்றும் அதிகாரங்களை இந்தப் பகுதியில் உள்ளது எதுவும் பாதிக்கும் எனக் கொள்ளக் கூடாது.
3. இந்திய அரசமைப்புச் சட்டத்தில் என்ன கூறப்பட்டிருந் தாலும் நாடாளுமன்ற சட்டத்தின் மூலம் அந்தச் சட்டத்தில் வகுத்துரைக்கப்படும் விதிவிலக்குகள் மற்றும் மாற்றங்களுக்கு உள்பட்டு, கூறு (1)இல் குறிப்பிடப்பட்டிருக்கும் அட்டவணைப் பகுதிக்கும் மலைப்பகுதிகளுக்கும் இந்தப் பகுதியின் ஏற்பாடுகளை நீட்டிக்கலாம். அத்தகைய சட்டம் இந்திய அரசமைப்புச் சட்டம் பிரிவு 368இல் உள்ள காரியங்களுக்காக அரசமைப்புச் சட்டத்திற்குத் திருத்தம் எனக் கருதப்பட மாட்டாது.

243 ZD - மாவட்டத் திட்டக்குழு

1. ஒவ்வொரு மாநிலத்திலும், மாவட்ட நிலையிலுள்ள பஞ்சாயத்துகள் மற்றும் நகராட்சிகள் தயார் செய்யும் திட்டங்களைத் தொகுத்து முழு மாவட்டத்திற்கான மாவட்ட வரைவு மேம்பாடு திட்டத்தைத் தயாரிப்பதற்காக ஒரு மாவட்டத் திட்டக் குழுவை அமைக்க வேண்டும்.
2. மாநில சட்டமன்றம் பின்வருவன தொடர்பாகச் சட்டம் இயற்றலாம்.

   a. மாவட்டத் திட்டக் குழுவின் உறுப்பினர் அமைப்பு;

b. அத்தகைய குழுவிலுள்ள உறுப்பினர் இடங்களை நிரப்புவதற்கான முறை.

ஆனால், அத்தகைய குழுவின் மொத்த உறுப்பினர்களில் ஐந்தில் நான்கு பங்கிற்குக் குறையாத அளவில் உறுப்பினர்கள் மாவட்ட நிலைப் பஞ்சாயத்தின் தேர்ந்தெடுக்கப்பட்ட உறுப்பினர்கள், நகராட்சிகளுக்குத் தேர்ந்தெடுக்கப்பட்ட உறுப்பினர்கள் ஆகியவர் களுக்கிடையே ஊரகம் மற்றும் நகர்ப்புறப் பகுதிகளின் மக்கள் தொகைக்கு இடையேயுள்ள விகிதத்திற்கேற்ப தேர்ந்தெடுக்கப்படுவர்.

c. அத்தகைய குழுவிற்கு ஒதுக்கக்கூடிய மாவட்ட அளவில் திட்டமிடுவதற்கான அலுவல்கள்.

d. அத்தகைய குழுவின் தலைவர்களைத் தேர்வு செய்வதற் கான முறை.

3. வரைவு மேம்பாட்டுத் திட்டம் தயாரிப்பில் ஒவ்வொரு மாவட்டத் திட்டக் குழுவும்

a. பின்வருவனவற்றைக் கருத்தில் கொள்ள வேண்டும்.

i பிரதேசத் திட்டம்(ஸ்பேசியல் ப்ளானிங்), தண்ணீர் மற்றும் இயற்கை வளங்களைப் (பிசிகல் அண்ட் நேட்சுரல் ரிசொர்சஸ்) பகிர்தல், அடிப்படைக் கட்டுமானம், சுற்றுப் புறச் சூழலைப் பாதுகாத்தல் ஆகியவை தொடர்பான ஒருங்கிணைந்த மேம்பாட்டுத் திட்டம் உள்பட, பஞ்சாயத்துக் களுக்கும் நகராட்சிகளுக்கும் பொதுவான அக்கறையுடைய பொருள்கள்.

ii கிடைக்கக்கூடிய நிதிவளம் அல்லது மற்ற வகையான வளங்களின் அளவு, வகை.

b. ஆளுநரின் ஆணையின் மூலம் குறித்துரைக்கப்பட்ட நிலையங்கள் மற்றும் அமைப்புகளைக் கலந்தாலோசிக்க வேண்டும்.

4. ஒவ்வொரு மாவட்டத் திட்டக்குழுவின் தலைவரும் அந்தக் குழு பரிந்துரைத்ததன்படி மேம்பாட்டுத் திட்டத்தை மாநில அரசிற்கு அனுப்ப வேண்டும்.

243 ZE - பெருநகரத் திட்டக் குழு

1. ஒவ்வொரு பெருநகரப்பகுதிக்கும் அதற்கான வரைவு

மேம்பாட்டுத் திட்டம் தயார் செய்வதன் பொருட்டும் பெரு நகரத் திட்டக்குழு அமைக்கப்பட வேண்டும்.

2. மாநில சட்டமன்றம் பின்வருபவை தொடர்பாகச் சட்டம் இயற்றலாம்.

    a. பெருநகரத் திட்டக்குழுவின் உறுப்பினர் அமைப்பு;

    b. அத்தகைய குழுவிலுள்ள உறுப்பினர் இடங்களை நிரப்புவதற்கான முறை.

ஆனால் அத்தகைய குழுவின் உறுப்பினர்களில் மூன்றில் இரண்டு பங்கிற்குக் குறையாத அளவில் உறுப்பினர்கள், நகராட்சியில் தேர்ந்தெடுக்கப்பட்ட உறுப்பினர்கள், அந்தப் பெருநகரப் பகுதியிலுள்ள பஞ்சாயத்துக்களின் தலைவர்கள் ஆகியோரிடம் அந்தப் பகுதி யிலுள்ள நகராட்சிகள் மற்றும் பஞ்சாயத்துகளின் மக்கள் தொகைக்கு இடையேயுள்ள விகிதத்திற்கு ஏற்ப தேர்ந்தெடுக்கப் படுவார்கள்.

    c. அத்தகைய குழுக்களுக்கு ஒதுக்கப்படும் அலுவல்களை நிறைவேற்றுவதற்கேற்ப அத்தகைய குழுக்களில் ஒன்றிய அரசு மாநில அரசு அமைப்புகள் மற்றும் நிறுவனங்கள் ஆகியவற்றுக்கும் அவசியம் எனக் கருதும் அளவில் பிரதிநிதித்துவம் தருதல்.

    d. அத்தகைய குழுக்களின் திட்டமிடுதல், ஒருங்கிணைப்புத் தொடர்பாக ஒதுக்கக்கூடிய அலுவல்கள்.

    e. அத்தகைய குழுக்களில் தலைவர்களைத் தேர்வுசெய் வதற்கான முறை

3. வரைவு மேம்பாட்டுத் திட்டத்தின் தயாரிப்பில் ஒவ்வொரு பொருளாதாரத் திட்டக் குழுவும்

a. பின்வருவனவற்றைக் கருத்தில் கொள்ளவேண்டும்.

    i நகராட்சிகள், பஞ்சாயத்துகளால் தயார் செய்யப்பட்ட திட்டங்கள்.

    ii பெருநகரப் பகுதியின் ஒருங்கிணைந்த பிரதேசத் திட்டம் (Integrated spatial planning) தண்ணீர் மற்றும் இயற்கை வளங்களைப் பகிர்தல், அடிப்படைக் கட்டுமானம், சுற்றுச் சூழலைப் பாதுகாத்தல் ஆகியவை தொடர்பாக ஒருங்கிணைந்த மேம்பாட்டுத் திட்டம் உள்பட,

நகராட்சிகள் மற்றும் பஞ்சாயத்துகளுக்குப் பொதுவான பொருள்கள்.

iii ஒன்றிய அரசு மற்றும் மாநில அரசுகள் நிர்ணயம் செய்யும் மொத்தமான குறிக்கோள்கள் மற்றும் முன்னுரிமைகள்.

iv ஒன்றிய அரசு மற்றும் மாநில அரசுகளின் முகமைகளால் பெருநகரப் பகுதியில் செய்யக்கூடிய மூலதனங்களின் அளவு, தன்மை, கிடைக்கக்கூடிய நிதி வகையிலான அல்லது பிற வகையிலான வளங்கள்.

v ஆளுநரின் ஆணையின் மூலம் குறித்துரைக்கப்படும் நிலையங்கள் மற்றும் அமைப்புகளைக் கலந்தாலோசிக்க வேண்டும்.

4. ஒவ்வொரு பெருநகரத் திட்டக்குழுவின் தலைவரும், அந்தக் குழுவின் மேம்பாட்டுத் திட்ட பரிந்துரைகளை மாநில அரசிற்கு அனுப்ப வேண்டும்.

243 ZF - தற்போதுள்ள சட்டங்கள், நகராட்சிகள் நீடித்தல்

இந்தப் பகுதியில் என்ன இருந்தபோதிலும் அரசியல் அமைப்பு (74ஆவது திருத்த) சட்டம் 1992 நடைமுறைக்கு வருவதற்கு உடனடியாக முன்னதாக நடைமுறையில் இருக்கும் மாநில அரசின் நகராட்சிகள் சம்பந்தப்பட்ட சட்டத்தில் இந்தப் பகுதியிலுள்ள யாதொரு ஏற்பாடுகளுக்கு முரணாக இருக்கும் எவ்விதச் சட்ட ஏற்பாடும், இந்தத் திருத்தச் சட்டம் நடைமுறைக்கு வந்ததிலிருந்து ஓர் ஆண்டு முடியும் வரையிலோ தகுதியுள்ள சட்டமன்ற அல்லது மற்ற தகுதிபடைத்த அமைப்பால் திருத்தப்படும் வரை, இதில் எது முந்தியோ அக்காலம் வரை நடைமுறையில் இருக்கும்.

ஆனால் இந்தச் சட்டம் நடைமுறைக்கு வருவதற்கு உடனடியாக முன்னதாக நடைமுறையிலுள்ள நகராட்சிகள் அவற்றின் ஆயுட்காலம் முடியும்வரை, மாநில சட்டப் பேரவையில் இயற்றப்படும் தீர்மானத்தின்படி அல்லது சட்ட மேலவை உள்ள மாநிலத்தின் ஒவ்வொரு சட்ட மேலவையிலும் இயற்றப்படும் தீர்மானத்தின்படி முன்னதாகக் கலைக்கப்பட்டால் அன்றி, தொடர்ந்து நீடித்து வரவேண்டும்.

243 ZG - தேர்தல் தொடர்பான பிரச்சினைகளில் நீதிமன்றங்கள் தலையிடத் தடை

அரசியல் அமைப்புச் சட்டத்தில் எது இருந்தபோதிலும்,

    a. பிரிவு 243 S-இன்படி செய்யப்படும் அல்லது செய்யப்படுவதாகத் தோன்றக்கூடிய தொகுதிப்பிரிவு அல்லது தொகுதிக்கு உறுப்பினர்களின் எண்ணிக்கையை ஒதுக்குதல் பற்றிச் சட்டத்தின் செல்லுபடியாகும் தன்மையைப் பற்றிய கேள்வியும் எந்தவொரு நீதிமன்றத்திலும் எழுப்பப்பட மாட்டாது.

    b. மாநில சட்டமன்றத்தால் இயற்றப்பட்ட சட்டத்தால் அல்லது சட்டத்தின் கீழ் ஏற்படுத்தப்பட்ட அதிகார அமைப்பிற்குரிய முறையில் அளிக்கப்பட்ட தேர்தல் மனுவின் மூலமாகவன்றி வேறு எந்த முறையிலும் யாதொரு நகராட்சியின் தேர்தல் பற்றிய கேள்வி எழுப்பப்பட மாட்டாது.

3. பிரிவு 280-க்கான திருத்தம்

அரசியல் அமைப்புச் சட்டப்பிரிவு 280இன் கூறு (3)இன் உட்கூறு (c)யை உட்கூறு (L)ஆக மாற்றியமைக்கப்பட்டு அத்தகைய உட்கூற்றிற்கு முன்னதாகப் பின்வரும் உட்கூற்றைப் புகுத்த வேண்டியது. அதாவது,

    c. யாதொரு மாநிலத்தின் நிதி ஆணையத்தின் பரிந்துரைகளின் பேரில் மாநிலத்தில் உள்ள நகராட்சிகளின் நிதி ஆதாரங்களுக்குத் துணைபுரிவதன் *(சப்ளிமெண்டிங்)* பொருட்டுத் தொகுப்பு நிதியை வளப்படுத்தத் *(ஆகுமெண்ட்)* தேவையான நடவடிக்கைகள்.

4. பன்னிரண்டாவது அட்டவணையைச் சேர்த்தல்

அரசமைப்புச் சட்டத்தின் பதினொன்றாவது அட்டவணைக்குப் பிறகு பின்வரும் அட்டவணையைச் சேர்க்க வேண்டியது. அதாவது,

அட்டவணை XII *(பிரிவு 243 W)*

1. நகரமைப்பு உள்ளிட்ட நகர்ப்புறத் திட்டம்,
2. நிலப்பயன்பாட்டைக் கட்டுப்படுத்துதல், வீடுகள் கட்டுதல்.

3. பொருளாதார, சமூக நீதிக்கான திட்டமிடுதல்.
4. சாலைகள், பாலங்கள்.
5. வீடுகள், தொழிற்சாலைகள், வணிகச் செயல்பாடுகளுக்குத் தண்ணீர் வழங்குதல்.
6. மக்கள்நலம், சுகாதாரம், துப்புரவு, திடக் கழிவு மேலாண்மை.
7. தீயணைப்புப் பணிகள்.
8. நகர்ப்புறக் காடுகள், சுற்றுப்புறச் சூழல் பாதுகாப்பு, சூழலியல் மேம்பாடு.
9. சமூகத்தின் நலிவடைந்தோர் நலன் பாதுகாப்பு, மாற்றுத் திறனாளிகள், மனநிலை பாதிக்கப்பட்டோர் நலன்.
10. குடிசை பகுதி மேம்பாடு, தரம் உயர்வு.
11. நகர்ப்புற வறுமை ஒழிப்பு.
12. பூங்காக்கள், வனத் தோட்டங்கள், விளையாடும் இடங்கள் போன்ற நகர்ப்புற வசதிகளுக்கான ஏற்பாடு.
13. பண்பாடு, கல்வி, கலைநயம் சார்ந்த நுட்பங்களின் வளர்ச்சி (புரோமோஷன் ஆஃப் ஏஸ்தெடிக் அஸ்பெக்ட்ஸ்).
14. மயானங்கள், எரியூட்டுமிடங்கள், மின்-எரியூட்டுமிடங்கள்.
15. கால்நடைப் பட்டிகள், மிருகவதைத் தடுப்பு.
16. பிறப்பு இறப்புப் பதிவுகள் உள்பட புள்ளிவிவரங்களைப் பேணுதல்.
17. பொதுமக்களின் வசதிகள், தெருவிளக்குகள் வசதி, வாகன நிறுத்துமிடங்கள், பேருந்துநிலையங்கள், கழிப்பிட வசதிகள்.
18. ஆடுமாடுகள் வெட்டும் இடங்கள், தோல் பதனிடுதல் போன்றவற்றை முறைப்படுத்துதல்.

குறிப்பு: இந்தச் சட்டம் 20-4-1993இல் குடியரசுத் தலைவரால் ஒப்புதல் அளிக்கப்பட்டு ஜூன் 1, 1992இலிருந்து நடைமுறைக்கு வந்துள்ளது.

உசாத்துணை

Dreze, Jean and Amartya Sen, *India: Development and Participation*, 2002, New Delhi: Oxford University Press.

Manor, James, *The Political Economy of Democratic Decentralization*, 2001, Washington DC: The World Bank.

Mill J.S., *Consideration on Representative Government,* 1976, London: Fontana.

Muralidharan, Saradha, 'Democratic Decentralization and Citizenship' *Economic and Political Weekly*, VOL XLIX: No 20.

Palanithurai G, *Deliberative Democracy*, 2014, New Delhi: MJP Publications.

Robinson M and White G (eds), *Democratic Development State: Political and Institutional Design*, 1998, New York: Oxford University Press.

Sivaramakrishnan K.C., *Power to the People?*, 2000, New Delhi: Konarak Publications.

Vijayanand S.M., *Kerala: A Case Study of Classical Democratic Decentralization*, 2009, Trissur: Kerala Institute of local Administration.

Vora, Rajendra and Suhas Palshikar (eds), *Indian Democracy: Meaning and Practice,* 2004, New Delhi: Sage Publications.